పీఠిక.

ఈగ్రంథముఁ గవికులసార్వభౌముం డగుకాళిదాసు సంస్కృతభాషయందు రచియించినాఁడు. ఇది శృంగారరసప్రధాన మయినది. ధీరలలితనాయకగుణ సంపన్నుఁడును, చంద్రవంశసముత్పన్నుఁడును నగు పురూరవశ్చక్రవర్తి దీనికిం గథానాయకుండు. విక్రమశాలి యగునయ్యేలికను, వేలుపువెలఁది యగునూర్వశిని గూర్చి యొనర్చినది గావున, నిది విక్రమోర్వశీయ మని, విక్రమోర్వశి యని వాడఁబడును. రూపకములలో నాటకము మొదటి దగుటను, దక్కినవానియందుఁ గూడఁ దఱుచుగ దానిలక్షణములే పట్టుచుండుటను, దీనికిఁ గూడఁ దన్నామమున సామాన్యవ్యవహారంబు గలిగియున్నను, దివ్యమానుష సంశ్రయం బయి, యయి దంకములు గల దగుటంబట్టి, యీవిక్రమోర్వశీయమును నాటికాద్యష్టాదశోపరూపకములలోని త్రోటక మని విశేషజ్ఞు లగుమనీషులు పేరుకొందురు.

ఈప్రబంధమునకుఁ గథానాయకుం డగుపురూరవుండు, తీర్థరాజం బగు ప్రయాగంబునంతరాళంబునఁ బ్రతిష్ఠానపురంబున నధివసించి, నిఖిలజనరంజనంబుగా నిలాపాలనంబు సేయుచుండెను. అప్పృథివీశుం డొక్కనాఁ డరద మెక్కి యక్కడక్కడ విహారంబు సలుపుచుండఁ, గుబేరభవనంబునుండి మరలివచ్చుచు మార్గమధ్యమునఁ గేశి యను రక్కసునిచేతఁ జెఱపట్టఁబడినతమప్రాణసఖి యగునూర్వశికొఱ కేడ్చుచున్నరంభాద్యప్సరసల యార్తప్రలాపంబు లతనివీనులకు వినవచ్చెను. తోడనే యార్తత్రాణైకపరాయణుఁ డగునాధరణీరమణుం డవ్వేల్పుఁదరుణుల నూఱడించి యాక్రమించురక్కసు నుక్కడంచి, యూర్వశిని విడిపించి తెచ్చి, యామెనెచ్చెలులకు సమర్పించెను. తత్కారణంబుగా నది మొదలు మ్మదవతి యాక్షితిపతియందు మనసు దగిలి, యనన్యాయత్తచిత్తంబునఁ దద్ధ్యానంబును సలుపుచుండెను.

ఇట్లుండునంతఁ గొండొకకాలంబున నింద్రసభయందు లక్ష్మీస్వయంవర మనునాటక మాడవలసివచ్చెను. అందు లక్ష్మీవేషమును ధరించినయాయూర్వశిని వారుణీభూమికాధారిణి యయినమేనక "నీడెంద మెవ్వనియందుఁ దగిలియున్నది" యని యడుగఁ, "బురుషోత్తమునియందు" ననవలసిననది "పురూరవునియందు" నని బదులు పలికెను. అది విని తత్క్షణంబ శిక్షకుం డగుభరతముని గినిసి "నీవు మానుషివి గ"మ్మని దానికి శాప మిచ్చిన, నచ్చెలువ తన్మోక్షణంబుకొఱకై తన్ను వేఁడుకొనినం గనికరించి యింద్రుండు "నా సమరసహాయుం డగునప్పురూరవునిం గుమారకుఁ డుదయించువఱకుఁ బొందిక యుండుం"

ముని యనుగ్రహించినఁ, బ్రసాదం బని యుంచ్వాశి, యయ్యార్యోపకారకు హృదయేశ్వరి యయ్యె. అనునీకథయే యీనాటకమున నెంతో చమత్కారముగా సుజ్జీవింపఁజేయఁ బడెను. సంస్కృతపుఁబ్రతులలోఁ బాఠభేదము లనేకము లున్నవన్న యంశము విమర్శకు లెఱుంగకపోరని నమ్ముచున్నాను.

నే నిప్పటి కయిదాఱుసంవత్సరములక్రిందట, వేణీసంహారనాటకమును దెనిఁగించిన తరువాత నే దీనినిగూడ నాంధ్రీకరించితిని గాని, దానినిబోలె దీనిని బ్రయోగించి చూచుటమాత్ర మెన్నఁటికిని దటస్థించినదె కాదు. ఇందలిపాత్రములు పెక్కు లంతరాళమునఁ బ్రవేశింపవలసిన వగుటచేత, దీనిప్రయోగ మెల్లరకును సులభసాధ్యము కాదు గాని, సాధ్య మయినచో మాత్రము సర్వవిధములను సభ్యుల నానందపరవశులను జేయఁ జాలు ననుటకు సందేహము లేదు. ప్రయోగకుశలులును రసికవల్లభుల యుల్లంబులను దీని మూలమునఁ బల్లవింపం జేయుదురు గాక. 1883 సం॥ అక్టోబరు. వ॥ సు

ద్వితీయముద్రణపత్రిక.

ఈనాటకము మొదటికూర్పుప్రతులు పదిపండ్రెండు సంవత్సరముల క్రిందటనే నిశ్శేషముగా వ్యయపడినవి. అప్పటినుండియు నాంధ్రదేశమునానాముఖములనుండి యవిరామముగా నీపొత్తముకొఱకు ననేకులు రసజ్ఞులు నాకు వ్రాయుచున్నారు, అయినను బునర్ముద్రితము గావించుటలో నేను శీఘ్రముగ శ్రద్ధచేయనికారణమునఁ జదువరుల కీనాటకము దుర్లభ మగుచుండెను. జనానురాగమునకుఁ బాత్ర మయినగ్రంథము నిట్లుపేక్షించుట మంచిది కాదని యీసంవత్సరము దీనిని మరల నచ్చొత్తించితిని.

మొదటికూర్పు ప్రతులు చెన్నపురియం దచ్చు పడినవి. అచ్చుచిత్తులు నేను దిద్దుటకు వీలు చిక్కనికతమున వానియందు బహువిధస్ఖాలిత్యములు దొడరినవి. వానిని బునర్ముద్రణమున నేను సవరింపఁ దలంపుగొని యుండఁగాఁ, గీర్తిశేషులయిన గొల్లపూడి రామదాసు బి. ఏ గారు విమర్శరూపమునఁ గొన్నిచోట్ల శక్తికొలఁది నాయుద్యమమునకుఁ దోడు సూపిరి. అందులకుఁ గృతజ్ఞుండ నయి వారియాత్మకు నిత్యసుఖమును గోరుచు నీద్వితీయముద్రణమున నాయాంధ్రీకరణమును నెండియు మూలముతోఁ బోల్చి యుచితములయినసవరింపులఁ బద్యగద్యములయందుఁ గొన్నిచోట్లఁ గావించితిని. పుస్తకముల కొఱకు బహుదేశములనుండి వ్రాసి వ్రాసి విసిగియున్నచదువరుల డెందముల కింక నీగ్రంథ మానందము గలిగించుఁ గాక.

1 ఏప్రిలు 1912 సం॥రం.

వడ్డాది సుబ్బారాయఁడు
రాజమహేంద్రవరము

శ్రీపరమాత్మనే నమః

ఇష్టదేవతా ప్రార్థనాదికము.

శ్రీలకుఁ బుట్టుపట్టుఁ, దయఁ జేరుబుధాళికిఁ గొట్టుఁజెట్టు, ధీ
శాలులగుట్టు, మట్టు, భవసాగర మీఁదఁగ పెట్టుగట్టు, బ
ల్గోపులకాత్మ్రగుళ్ళనుడిగొట్టు, జగంబులకట్టు, ధర్మము
వ్రాలఁగ నీనిపట్టు, సఘనాగవిరాట్టు, విరాట్టుఁ గొల్చెదన్.

ఉ. పూవులు గ్రుచ్చుమాలకరపోలికఁ దావు లెఱుంగుచున్, రసో
జ్జ్వలశబ్దరాజిఁ గృతిశేఖరముల్ రచియించుసత్కవుల్,
కేలతద్రిసగ్రిమాణిక్యమునందు మిళిందచాతురిన్
భావనసాహితిం దనరుపండితు లందఱకు న్నమస్కృతుల్.

చ. దిరిసెపుఁబూలమాదిరి సతిమృదిమంబులు కాళిదాసస
త్కవిరసనం జనించినపదంబులి వంటినఁ గందు నాక, తెం
పదనయి తెల్గులోనికిని మార్పఁ దలంచితి విక్రమోర్వశిన్,
సరళపుఁద్రోటకంబు రససంభరితం బిది యే మొనర్తునో.

ఆ. వె. ముందు నేను మేఘసందేశ మాంధ్రీక
రించి, కొంచె మలవరించుకొన్న
పరిచయం బొకింత పని సేయకున్నె యీ
విక్రమోర్వశీయవిరచనమున?

సుగంధి. ప్రక్రమంబు దప్పి యర్థభంగ మైన, నింక నే
వక్రతల్ గనంగఁబడ్డ, వానిఁ దెల్పరే సుధీ
చక్రవర్తులారా! నేను సంస్కరించుకొందు నీ
విక్రమోర్వశీయమందు వేఱు వేఱుకూర్పులన్.

క. అని యిష్టదేవతా నే
వనమును, విద్వత్కవిస్తవనమును, విజ్ఞా
పనమును, మాన్యకగుణభా
వన మొనరిచి రచనసలుపు వ॥ సు॥ రాయఁడన్.

ఈనాటకమున వచ్చుముఖ్యపాత్రములు.

పురుషులు.

రాజు—కథానాయకుఁడయినపురూరవుఁడు.

చిత్రరథుఁడు—ఊర్వశిని విడిపించుకొనివచ్చుట కింద్రునిచేఁ బంపఁబడిన గంధర్వ సేనాధిపతి.

విదూషకుఁడు—పురూరవుని వేడుకచెలికాఁడు.

పైలవుఁడు, గాలవుఁడు —భరతమునిశిష్యులు.

కంచుకి—పురూరవునియంతఃపురమున నుండువాఁడు.

కుమారుఁడు—పురూరవునికొడుకగు నాయువు.

నారదుఁడు—దేవఋషి.

స్త్రీలు.

ఊర్వశి—కథానాయిక యగునప్సరస.

రంభ, మేనక, సహజన్య — ఊర్వశీసఖు లగునప్సరసలు.

దేవి—పురూరవునిపట్టమహిషి.

నిపుణిక—దేవికిఁ బరిచారిక.

తాపసి—చ్యవనాశ్రమమునుండి కుమారునిఁ దీసికొనివచ్చిన వృద్ధురాలు.

వీరును మఱికొందఱు పరిచారకులు మొదలగువారును.

శ్రీరస్తు.

శ్రీపరమాత్మనే నమః.

విక్రమోర్వశీయము.

[నాంది]

ఏనిన్ రోదసి నిండునొక్కఁడిగ భావింతురు వేదాంత మె
వ్యానిం జెందనియీశ్వరాఖ్య యెట సద్యార్థాక్షరం బయ్యె, నే
వానిన్ రోయుదురో హృదిన్ నియమితప్రాణాదిమోక్షేచ్ఛు లా
స్థాణుం డార్జితభక్తిగమ్యుఁ డిడుఁ గాతన్ మీకుఁ గైవల్యమున్.

[నాంద్యంతమున]

సూత్రధారుఁడు—అతివిస్తర మెందుకు? (తెరవంకఁజూచి) మారిషా! యిటురా, (పారిపార్శ్వకుఁడు ప్రవేశించి)

పారి—అయ్యా! యిదిగో! వచ్చినాను.

సూత్ర—మారిషా! సాధారణముగా నీసభవా రీవఱకుఁ బూర్వకవిరచితము లయినప్రబంధములయభినయమును జక్కఁగ వీక్షించినవారలేగదా! నే నిప్పుడు విక్రమోర్వశీయ మను నొక యపూర్వనాటకమును బ్రయోగింపఁ దలంపుగొంటిని. కాఁబట్టి తత్పాత్రవేషములయందు జాగరూకత నుండునది యని పాత్రనిర్వహులతోఁ జెప్పుము.

పారి—అయ్యా! చిత్తము. (నిష్క్రమించుచున్నాఁడు.)

సూత్ర—నే నీసభయందలిమహాజనుల కొకవిజ్ఞాపనముఁ జేసికొనుచున్నాను.

ఆ. వె. ప్రణయిజనముమీఁదియనురాగమున నైన సత్కథాస్తుగౌరవమున నైన
నాలకింపరయ్య సావధానతను, వి। ద్వాంసులార! కాళిదాసకృతిని.

(తెరలో) అమరపక్షపాతంబు నాకాశగమనంబును గల యయ్యలారా! రక్షింపుఁడు రక్షింపుఁడు.

సూత్ర—(బయలాలకించి) ఏమిది! మదీయవిజ్ఞాపనానంతరము కొంకలు విలపించులాగున నార్తప్రలాపంబులు వినంబడుచున్నవి. (ఆలోచించి) సరే తెలిసినది.

క. నారాయణోరుభవ సుర।వారాంగన ధనదుఁ గొలిచి వచ్చెడుదానిన్
దారి నొకయసుర చెఱఁగొనె।సారాంగన లఱతు రదిగో శరణార్థినులై.

(నిష్క్రమించుచున్నాఁడు. ప్రస్తావన.)

శ్రీ

విక్రమోర్వశీయము.

ప్రథమాంకము.

(తెరవాఁత నప్సరసలగుంపు ప్రవేశించుచున్నది)

అప్స—అమరపక్షపాతంబు నాకాశగమనంబును గల యార్యులారా! రక్షింపుఁడు రక్షింపుఁడు.

(తెరవాఁత రథమెక్కి రాజును సూతుఁడును బ్రవేశించుచున్నారు.)

రాజు—ఏడువకుఁడు. నే నిప్పుడే సూర్యు నుపాసించి వచ్చినపురూరవుఁడను. నన్నుఁ జేరి మిమ్ముఁ గావవలసినది దేనినుండియో చెప్పుఁడు.

రంభ—దేవా! రాక్షసునిగర్వమునుండి.

రాజు—మీకు రాక్షసగర్వమున నేమికీడు మూఁడినది?

రంభ—మహారాజా! చిత్తగింపుము. ఇతరులతపోమహత్త్వమునకు సుత్తలపడు నింద్రునికి మెత్తనికత్తియు, రూపగర్వితయగు శ్రీతరుణికి నిరాకరణంబును, దివిజసంఘాన కాభరణంబు నగుమాయనుఁగుసెచ్చెలి యూర్వశి కుబేరభవనంబునుండి వచ్చుచుండ హిరణ్యపురవాసి యగు కేశి యనుపలలాశి. చిత్రలేఖాద్వితీయ యగునమ్మత్తకాశినిని గాంచి హఠాత్తుగా నెత్తుకొని పోయెను.

రాజు—సరే. తెలిసినది. ఆముష్కరుఁ డేదిక్కుగఁ బోయినాఁడు.

మేనక—దేవా! పూర్వోత్తరముగా.

రాజు—అప్సరసలారా! యిఁక మీమనోవ్యథ నుజ్జగింపుఁడు. మీచెలిమికత్తెను జెఱ విడిపించి తేఁ బ్రయత్నించెదను.

రంభ—రాజేంద్రా! చంద్రిన కే పురుషపుంగవుఁడ వయిన నీకిది యనురూపమే కదా!

ప్రథమాంకము.

రాజు — మీరు నాకొఱకు నెక్కడఁ బ్రతీక్షించుచుండెదరు?

అప్స — దేవా! యీ హేమకూటశిఖరమున.

రాజు — సూతుఁడా! గుఱ్ఱముల నైశాన్యదిశ నతివేగముగఁ దోలుము.

సూతు — దేవా! చిత్తము. (అట్లుచేయుచున్నాఁడు.)

రాజు — (రథవేగము నిరూపించి) మేలు! మేలు! సూతుఁడా! యీ రథవేగముచేత మనకంటె ముందు బయలుదేఱిన యనూరునయినను (వైనతేయునైనను) గలసికొనవచ్చును ఇఁక నాపాలసుదింకేశిని గలసికొనుట యెంతపని? ఇదిగోఁ! జూడుము.

చ. పొడియయి తేరిముంగఱ ఘనమ్ముల్ వను ధూళిగ; నాకుసందులం
దడరు నరిభ్రమణంబున నరాంతరవైఖరి; యశ్వపాళిపై
నిడుపగు నక్షిచామరము నిశ్చలతం గనుఁ జిత్రితాకృతిన్;
నడుమను వ్రేలు కేతువసనంబు, కొనన్ నిలుచున్ మరుత్త్వరన్.

(రాజును సూతుఁడును రథముతో నిష్క్రమించుచున్నారు.)

సహజన్య — సఖీ! రాజర్షి వెళ్ళినాఁడు. మనము గూడ నిర్దిష్టప్రదేశంబునకుఁ బోవుదము.

మేనక — చెలియా! యట్లే చేయుదము.

(అందఱు హేమకూటశిఖరము నధిరోహించుచున్నారు)

రంభ — ఆ రాజర్షి మనహృదయశల్యము నూడఁ బెఱుకునా?

మేన — సఖీ! సంశయింపకుము.

రంభ — దానవులు దుర్జయులు గదా!

మేన — సఖీ! యింద్రుఁడు సయితము యుద్ధము తటస్థించినప్పుడు, మధ్యమలోకము నుండి బహుమానపురస్సరముగా నీయననే దోడుకొనిపోయి, విజయముకొఱకు సేనాముఖమున నిలుపుకొనుచున్నాఁడు.

రంభ — సర్వథా యితఁడు జయశాలి యగుఁగాక. (క్షణమూరకుండి) సఖులారా! యూఱడిల్లుఁ డూఱడిల్లుఁడు. ఇదిగోఁ! జంట్రిపత్త్రమగు నారాజర్షి రథము హరిశోభనమునఁ దోఁతెంచుచున్నది. ఇతఁడు కృతార్థుఁడు గాక వచ్చువాఁడు కాఁడని తలంచెదను.

(అందఱును గన్నులెత్తి చూచుచున్నారు.)

(తరువాత రథమెక్కి రాజును సూతుఁడును, భయమునఁ గన్నులు మూసికొని చిత్రలేఖ కుడిచేయి యూఁతగొన్నయూర్వశియుఁ బ్రవేశించుచున్నారు.)

చిత్ర—సఖీ! యూఱడిల్లు మూఱడిల్లుము.

రాజు—సుందరీ! యూఱడుమూఱడుము.

ఆ. వె. భీరువాల! యసురభీతి యప్పుడె పోయెఁ; ద్రిభువనావనుఁడు గదే బలారి;
తెల్లవాఱఁ దమ్మితీఁగ పద్మము లట్లు, విప్పవే యింక నీదు వెడఁదకనులు.

చిత్ర—అయ్యో! యూపిరిమాత్రమున జీవించి యున్నయీకొమ్మ యిప్పటికిని జేతన పొరయ కున్నది.

రాజు—చిత్రలేఖా! మీచెలి యీమె మిక్కిలి యడలిపోయినది సుమీ. చూడు

క. ఇందుముఖివలుఁదగుబ్బల, సందున మందారకుసుమసర మసరుచు నీ
సుందరికిఁ జెదరి గుండెలు, క్రిందుగఁ గొట్టుకొనుచున్నకైవడి దెలుపున్.

చిత్ర—(సకరుణముగా) సఖి! యూర్వశి! నీగుండెను గుదురు పఱచుకో. అప్సరసవు కానియట్టు లగపడుచున్నావు.

రాజు—

క. ముకుళితకుసుమకోమలమగు, హృదయము నిప్పటికి విడువ దిదె భయకంపం
బదరెడిచనుఁగవనడఁప, య్యెదచెఱఁగున దాని తెఱఁగు నెఱుఁగఁగ వచ్చున్.

ఊర్వ—(ప్రకృతిని బొందుచున్నది)

రాజు—(హర్షముతో) చిత్రలేఖా! నీవు మహాదృష్టవంతురాలవు, చూడుము. నీప్రియసఖి ప్రకృతిని బొందుచున్నది.

చ. తొగచెలి దోఁపఁగా నిరులు మాలి వెలింగెడురాత్రికైవడిన్,
పొగవరణంబు మాసి నిసిఁ బొల్పుహవిర్భుజునచ్చియట్లు, తా
నగపడుచున్న దీసురుచిరాంగి క్రమంబున మూర్ఛ దేఱి, లోఁ
దెగి దరి కూలఁగాఁ, గలఁగి తేఱెడుగంగ తెఱంగు దోఁపఁగన్.

చిత్ర—సఖీ! నామాట నమ్మవే. అసురవిరోధులు హతాసు లయి పరాభూతు లయినారు.

ఊర్వ—(కన్నులు దెఱచి) సఖీ! మహేంద్రపరిభావము చేసెనా?

చిత్ర—కాదు. కాదు. మహేంద్రసదృశానుభావుఁ డయినయీరాజర్షి చేత.

ఊర్వ—(రాజును జూచి తనలో) ఆరాక్షసులు నాకు మహోపకారులు గదా!

రాజు—(మూర్ఛదేఱినయూర్వశిని జూచి తనలో) ఆహా! పూర్వము నారాయణ ముని నాసకొలుపుటకుఁ బోయి, యాయనయూరువునందుఁ బుట్టినయీసుందరిని జూచి యప్సరస లందఱు సిగ్గుఁ బొంది రనుమాట తగియే యున్నది గదా! అయిన నీమె నాముని సృజించినాఁ డనుట యుక్తము కాదు:

ఉ. చారుకళాతిసుందరుఁడు చందురుఁడో, భువనైకమోహిశృం
గారరసప్రధానుఁ డగుకంతుఁడొ, మానదుఁ డౌవసంతుఁడో,
యారయఁ గాక, వేదజడుఁడై విషయేచ్ఛల మానుప్రానిరా
బారి మనోహరం బయినపైదలిరూపు సృజింప నోపునే?

యూర్వ—ప్రియసఖీ! సఖీజన మెక్కడ నున్న దే?

చిత్ర—అభయదాన మొసంగినయీమహారా జెఱుంగును.

రాజు—(యూర్వశిని జూచి) అదిగో! నీసఖు లక్కడ నతివిషాదమును బొందుచున్నారు. చూడు.

తే. గీ. తరుణి! యాదృచ్ఛికంబుగా దారి నొక్క, పారిగనుఁగొని నేత్రసాఫల్య మొందు
నతఁడె నీయెడఁబాటున కడలు సనఁగఁ, జిరదృష్టస్నేహసఖురాండ్రఁ జెప్పనేల?

ఊర్వ—(వెనుక దిరిగి) ఈయనమాట యమృతస్రవుఁ దేటగదా! అయినను జంద్రుని వలన నమృత మొలుకుట యేమి యాశ్చర్యము? (ప్రకాశముగా) అందువలననే సఖీజన దర్శనమునకు నాచిత్తము తత్తఱించుచున్నది.

రాజు—(వ్రేలితోఁ జూపుచు) సుందరీ!

క. ఘనహేమకూటగలతై, గనెదగదే నీదు చెలిమికత్తెలు నీమో
మును గనులకఱవు దీఱఁగ, జనములు రాహుప్రముక్తుఁ జంద్రునిఁబోలెన్.

ఊర్వ—(అభిలాషతో రాజును జూచుచున్నది.)

చిత్ర—సఖీ! యేమి చూచుచున్నావే?

ఊర్వ—సుఖదుఃఖసమాన మగుజనమును.

చిత్ర—(చిఱునవ్వుతో) ఓసీ! యెవ రది?

ఊర్వ—సఖీ! ప్రణయిజనము గాదా?

రంభ—(సంతోషముతో జూచి) ఇదిగో! చిత్రలేఖాద్వితీయ యగుప్రియసఖి యూర్వశిని దీసికొని విశాఖాసమీపగతుం డగుచంద్రుండునుం బోలె రాజర్షి వచ్చుచున్నాఁడు.

మేన—(చూచి) మన కిప్పుడు రెండుప్రియములు చేకూడినవి. మనప్రియసఖి మరల రాఁగలిగినది. మహారాజు చెక్కుచెదరక యున్నవాఁడు.

రంభ—చెక్కుచెదరకయున్నవాఁ డని చక్కగాఁ జెప్పితివి. రాక్షసులు దుర్జయులు గదా!

రాజు—సూతుఁడా! యిదే యీపర్వతశిఖరము. రథ మిచట దింపుము.

సూతు—చిత్తము. (అట్లు చేయుచున్నాఁడు.)

ఊర్వ—(రథావతరణక్షోభము నభినయించుచుఁ ద్రాసమున రాజు నానుకొనుచున్నది.)

రాజు—(తనలో) హాయి. హాయి! నాయింద్రియములకలిమి సఫల మగుచున్నదిగదా!

తే. గీ. స్యందనక్షోభమునఁ జేసి యిందువదన! తనువు తను వంట నన్నిట్లు దాఁకుకతన
మన్మథుఁడు మొలకెత్తినమాడ్కి దేహ మట్టె జల్లని పులకిత మయ్యె నాకు.

ఊర్వ—(సిగ్గుతో) సఖీ! కొంచెము ముందటికి జరుగు.

చిత్ర—(చిఱునవ్వుతో) నేను జరగ లేను.

రంభ—సఖులారా! రాజర్షిని సంభావింత మిటు రండి.

(అందఱు సమీపించుచున్నారు.)

రాజు—సూతుఁడా! తేరు నిలుపుము.

క. మతి నుత్కంఠిత యగునీ, యతివ సముత్కంఠ లయినయాప్తసఖులతోఁ
డువ మరలఁ గలసికొనియెడు, ఋతుసంపద లతలఁ బొందురీతి యొసంగన్.

సూతు—చిత్తము. (అట్లు చేయుచున్నాఁడు.)

అప్స—అదృష్టవశమున మహారాజు విజయమున వర్ధిల్లుచున్నాఁడు.

రాజు—ప్రియసఖీసమాగమమున మీరును.

ఊర్వ—(చిత్రలేఖ కయిదండ యీయ రథము దిగి) సఖులారా! యిటు వచ్చి నన్ను గట్టిగఁ గౌఁగిలించుకొండి. నేను మరల నీలాగున సఖీజనమును జూతు ననుకొనయితిని.

(అందఱుఁ ద్వారగఁ గవుఁగిలించుకొనుచున్నారు.)

గంధ—(అభిలాషతో) సర్వథా మహారాజు కల్పశతం బీపృథివిఁ బరిపాలించుఁగాక.

సూతు—దేవా! తూరుపుదిక్కున మహావేగముతో రథముచప్పుడు వినఁబడుచున్నది. చూడు.

తే. గీ. గగనముననుండి యెవ్వఁడో కాని యొకఁడు। తప్తకాంచనరుచిరాంగదముల వాఁడు
నగముశృంగముమీఁదికి దిగెడు నదిగొ!॥ మెఱుపుఁదీవియు నొఱపగు మేఘమట్లు
(అందఱును జూచుచున్నారు.)
అప్స—ఓహోహో! చిత్రరథుఁడు!

(తరువాతఁ జిత్రరథుఁడు ప్రవేశించుచున్నాఁడు.)

చిత్ర—(రాజున కభిముఖుఁ డయి సగౌరవముగా) రాజా! మహేంద్రున కుపకారము చేయఁ జాలినపరాక్రమసమృద్ధిచే వర్ధిల్లుచున్నావు. ఆహా! యేమి నీ యదృష్టము!

రాజు—ఓహో! గంధర్వరాజా! (రథము దిగి) మిత్రమా! కుశలమా? (చేయిచేయి పట్టుకొనుచున్నారు.)

చిత్ర—ఆయుష్మా! కేశి యనుపలలాశి యూర్వశి నెత్తుకొని పోయినాఁ డన్న సమాచారమును నారదునివలన నాకర్ణించి, నాకేశుఁడు శీఘ్రముగా నమ్మగువను విడిపించికొని రమ్మని గంధర్వసైన్యమున కానతిచ్చెను. అనంతరము దారిలో నేనుజారణులవలన

క. ఘన మగునీజయకీర్తుల. విని యిక్కడ నున్ననిన్ను వేడుకఁ గంటిన్
మనుజేశ్వర!నీ వీవని, తను దోడ్కొని యింద్రుకడకు దయసేయఁదగున్.
మిత్రుఁడా! నీవు మహేంద్రునకు మహోపకారము చేసినావుగదా! చూడు.

ఆ. వె. నాఁడు శక్రునకును నారాయణుండు సృ। జించి యిచ్చె నీపసిండిబొమ్మ;
నసురచేతినుండి యాలీల విడిపించి। యిచ్చినావు సఖుఁడ వీవు నేఁడు.

రాజు—మిత్రుఁడా! యట్లు గాదు. [రుల గెలిచె;

తే. గీ. ఇంద్రునిపరాక్రమము సుమ్మి యిదియుఁ జూడ, నవనిపక్షము వాఁడే గా య
సబ్బలుల మ్రోఁగుసింగంబుబొబ్బరింత,యేనుఁగులఁ బీనుఁగులను గావించుఁగాదె?

చిత్ర—చెలికాఁడా! బాగుబాగు! గర్వరాహిత్యమే పరాక్రమమున కలంకారము.

రాజు—మిత్రుఁడా! మహేంద్రునిసందర్శనమున కిది నా కవసరము కాదు. ఈమెను నీవే ప్రభుసన్నిధానమునకుఁ గొనిపొమ్ము.

చిత్ర—మిత్రుఁడా! నీయిష్టము. అచ్చరలారా! రెండిరెండీ.

(అప్సరసలు బయలు దేఱుచున్నారు.)

ఊర్వ—(జనాంతికముగ) సఖీ! చిత్రలేఖా! యుపకారి యయినయీరాజర్షిని నే నామంత్రణము చేయఁ జాలను. నీవు సెలవడుగుము.

చిత్ర—(రాజును డాసి) మహారాజా! "దేవర యనుజ్ఞ యిచ్చిన, భవదీయకీర్తిని ప్రియసఖిని బోలె స్వర్గలోకమునకుఁ గొనిపోవ నభిలషించుచున్నా"నని యుర్వశి మనవి సేయుచున్నది.

రాజు—మంచిది. పునర్దర్శనము లభించుఁగాక.

(అందఱు గంధర్వసహిత మాకాశోత్పతన మభినయించుచున్నారు.)

ఊర్వ—(ఉత్పతనభంగ మభినయించి) అయ్యో! తీఁగకొమ్మకు నాయేకావళి దగులుకొన్నది. (వెనుకదిరిగి రాజును జూచుచు) సఖీ! చిత్రలేఖా! దీనిని వదలింపుము.

చిత్ర—(చిఱునవ్వుతో) సఖీ! గట్టిగా దగులుకొన్నదే. ఇది వదలింపఁ దరముగాదు. అయినను యత్నించెదను.

ఊర్వ—చాలు. నీపరిహాసము. వదలింపవే.

చిత్ర—(వదల్చుచున్నది.)

రాజు—(తనలో)

ఆ. వె. మొగము సగము ద్రిప్పి మగువ వక్రపు వాలుఁజూపుచేత మగలఁ జూచె నన్నుఁ
గాన నీలతాంగికైన మించుక నిల్పి నాకు మేలు చేసినావె తీఁగ.!

సూతు—దేవా!

క. పెలుచను లవణాంబుధిలో, నలదనుజుల ముంచి యుష్మదనిలాస్త్రం బ
మ్ములపాదిని వచ్చిచొచ్చెను, గలుఁగునఁ జొరఁబాఱు పాముకైవడి దోఁపన్.

రాజు—అటులయిన రథము దగ్గఱఁ దెమ్ము. ఆరోహించెదను.

సూతుఁడు—(అట్లు చేయుచున్నాఁడు.)

రాజు—(రథ మెక్కుచున్నాఁడు.)

ఊర్వ—(చెలితో) ఉపకారి యయినయీ రాజర్షిని మరలఁ జూడఁ గలుగునా? (రాజును జూచి నిట్టూర్పులు పుచ్చును. గంధర్వులును దోడియప్సరసలును దానును బోవుచున్నది.)

రాజు—(ఊర్వశి పోవుదిక్కున కభిముఖుండయి) అహో! మన్మథుఁ డందని మ్రానిపండుల కఱ్ఱు సాఁచునుగదా!

క. చదలఁ జనుచు నీవేలుపు, మదవతి నాతనువునుండి మది లాఁగుచు న
న్నదె బలిమిని, గలహంసిక, సుద దునిమి బిసంబునుండి సూత్రముఁ బోలెన్.

ఇది శ్రీపరమేశ్వరవరప్రసాదలబ్ధసరసకవితాధురంధర వడ్డాదిసాధు
వంశక్షీరనిధిరాకాసుధాకర రాచ్చనామాత్య పౌత్రహరితస
గోత్ర పవిత్రగుణకదంబలక్ష్మాంబాగర్భశుక్తిముక్తాఫల
సూరపరాజ ప్రధానతనూభవ విబుధవిధేయ సుబ్బ
రాయనామధేయాంధ్రీకృత మగువిక్ర
మోర్వశీయనాటకము ప్రథమాం
కము.

శ్రీరస్తు.

శ్రీపరమాత్మనే నమః.

విక్రమోర్వశీయము.

ద్వితీయాంకము.

[తరువాత విదూషకుఁడు ప్రవేశించుచున్నాఁడు.]

విదూ — అబ్బబ్బో! శ్రాద్ధభోక్తకు మాటిమాటికిఁ బరమాన్నము తేఁపుపు వచ్చునట్లు రాజరహస్యము నాకడుపులో నిముడక వెడలి వచ్చుచున్నది. జనులతో నిండియున్న యీ కోట నానోరు గాపాడుకోలేను. రాజు ధర్మాసనమున నుండువంతవఱకును జనసమ్మర్దము లేని దేవచ్ఛందప్రాసాదమునఁ గూరుచుండెదను.

(నడచి చేతులతో నోరు మూసికొని కూర్చున్నాఁడు.

[తరువాతఁ జేటి ప్రవేశించుచున్నది.]

చేటి — దేవి యయినకాశీరాజపుత్త్రి నాతో "నిపుణికా! మహారాజు సూర్యభగవాను నుపాసించి వచ్చినది మొదలు మతిపోయినవానిలాగునఁ గానఁబడుచున్నాఁడు; కావున నాయనకుఁ బ్రియమిత్త్రుఁ డగువిదూషకునొద్దకుఁ బోయి రాజుగారి మనస్తాపమునకుఁ గారణము నెఱింగి రావె" యని యుత్తరువు సెల విచ్చెనుగదా! అబ్రహ్మబంధుని నే నేలాగున వంచింతును? అయినను తృణాగ్రమున ముత్తెములాగున నంటుకొనియున్న మంచుబిందువవలె నాబ్రహ్మణునినాలుకకొన నుండు రాజరహస్యమును నేను నపలించి వెడలింప లేనా? అతఁ డెక్కడ నున్నాఁడో వెదకెదను. (నడచి చూచి) ఇదిగో! బటమునఁ జిత్రించినకోఁతిలాగున నెక్కడ దాఁగి మాటాడక కూరుచున్నాఁడు. ఊరక సమీపించెదను. (సమీపించి) అయ్యా! వందనము.

విదూ — నీకు శుభ మగుఁగాక. (తనలో) ఈచెడువాసిని జూడఁగనే రాజరహస్యము నాహృదయము భేదించుకొని పయికి వచ్చుచున్నదే. ఏమి చేయుదును? (కొంచెము నోరు దాఁచి ప్రకాశముగా) ఏమె నిపుణికా! సంగీతవ్యాపారమును మాని యెక్కడికి యీలాగున బయలుదేఱినావు?

చేటి—చిత్తము. దేవిగారు మిమ్మునే చూచి రమ్మని పంపినారు.

విదూ—ఆమె యేమని యాజ్ఞాపించినది?

చేటి—"ఆర్యమాణవకునకు న్యాయం బెంతో పక్షపాతమే. అయినను విరహవేద నాభరమున దుఃఖితాత్ముఁ డగుచున్న నాయోగక్షేమము నొకమాఱైనను గనుఁగొనుటయే మానినాఁడు." అని మీతోఁ బలుకు మన్నారు.

విదూ—నామిత్రుఁ డే మయిన నామెతోఁ బ్రీతివాక్యములు జరిగించినాఁడా యేమి?

చేటి—అయ్యో! చిత్తము. రాజుగారే మెనిమిత్తము పరితపించుచున్నారో యామె పేరు పెట్టి దేవిగారిని బిలిచినారు.

విదూ—(తనలో) ఓహో! చెలికాఁడు దాఁచుకొనలేక తానే రహస్యమును వెల్లడించుకొన్నాఁడు. నే నేల నోరు మూసికొని యిట్లు బాధపడవలెను. (ప్రకాశముగా) ఏమి! దేవి నువ్వా? యని పిలిచినాఁడా?

చేటి—చిత్తము.

విదూ—ఆయుస్సరసను జూచినది మొదలు పిచ్చియెత్తి దేవినే కాదు, ప్రియమిత్రుఁడ నయిన నన్నుఁగూడఁ దిండితిప్పలు లేకుండ బాధించుచున్నాఁడు.

చేటి—(తనలో) నే నుపాయముచేఁ జల్లగా రాజరహస్యమును భేదించితిని గదా! (ప్రకాశముగా) అయ్యో! దేవిగారితో నే నే మని మనవి చేయుదును?

విదూ—నిపుణికా! నే నిటువిరాఁదట నామ్రగుల్మకనుండి చెలికాని మరలించెదను. పిమ్మట నామెసన్నిధునకు వచ్చెదను. ఈసంగతియే దేవికి విన్నవింపుము.

చేటి—చిత్తము. (నిష్క్రమించుచున్నది.) (తెరలో)

వైతాళికుఁడు—దేవా! జయము జయము!

శా. ఆలోకాంతనిరస్తభూజనతమోవ్యాపారముల్ గాఁగ, దీ
వా! లోకాప్తమహాధికారముఁ ద్వదీయంబున్ సమోవ్యోగతన్
గ్రాలుచున్; గాముల జేఁడు నిల్పు తేజః మాకారంబుమగ్నంబునన్;
బోలన్ వాసరపశ్చిమభాగమున నీవుం గాంతు విశ్రామమున్.

విదూ—(చెవియొగ్గి) ఇదిగో! ధర్మాసనమునుండి లేచి ప్రియవయస్యుఁ డీలాగున నే వచ్చుచున్నాఁడు. పోయి నేను నాతనిపార్శ్వభాగమున నిలిచెదను. (నిష్క్రమించుచున్నాఁడు)—ప్రవేశకము—

(తరువాత విరహవేదన గలరాజు విదూషకునితోఁ బ్రవేశించుచున్నాఁడు.)

రాజు—

క. ననవిలుతునమోహనశరం, బునఁ దూఁటగునాదుహృదయమున సులభముగా
ననిమిషసుందరి చొరఁబడెఁ, గనులను దన్నొక్కమాఱు గనుఁగొనినంతనే.

విదూ—మిత్రుఁడా! పాపము! దేవి మిక్కిలి విచారించుచున్నది సుమీ!

రాజు—ఓయీ! నీవు రహస్యమును జక్కఁగఁ గాపాడుచున్నావు గద!

విదూ—(తనలో) అయ్యయ్యో! తొత్తుకూఁతురు నిపుణిక నన్ను మోసపుచ్చెను గదా! లేకున్నఁ జెలికాఁడు నన్నిట్లేల యడుగును?

రాజు—(సంశయముతో) ఏమోయి! యూరకున్నావు?

విదూ—మిత్రుఁడా! యిది యూరకుంట గాదు. ఉత్తర మిచ్చుటయే. అప్పటి నుండియు నానోరిట్లే కట్టిపెట్టి యుంచినాను. చూడుము. నీ కయిన, వెంటనే ప్రతివచన మీయకుంటిని గదా!

రాజు—సరిగాని విరహవేదన గలనే నేలాగునఁ బ్రొద్దు పుత్తును?

విదూ—దాని కింత యాలోచన యేల? వంటయింటిలోనికిఁ బోవుదము.

రాజు—అక్కడ నే మున్నది?

విదూ—మిత్రుఁడా! యక్కడ నే మున్నదా? పంచభక్ష్యపరమాన్నములును దగుచితసంభారములతోఁ గూడఁ బళ్ళెరములలో వడ్డనయయి సిద్ధముగా నుండును. అవి చూచుచు నీవేదన నపనయింతము.

రాజు—(చిఱునవ్వుతో) అవి యన్నియు నీ కిష్ట మయినవి గావున, నక్కడ నీ కుబుసుపోవును. దుర్లభప్రార్థనుఁడ నయిన నాకచ్చటఁ బ్రొద్దు జరుగుదా?

విదూ—మిత్రుఁడా! యుర్వశి కూడ నిన్నుఁ జూచినది గదా!

రాజు—అయిన నేమి?

విదూ—అట్లయిన నామె నీకు దుర్లభురా లని నేను దలంపను.

రాజు—వయస్యా! పక్షపాతము మాని యామెసౌందర్య మసాధారణ మని తలంచుకొనుము.

విదూ—నీవే యిట్లనుటవలన నాకును కుతూహలము వర్ధిల్లుచున్నది. కురూపులలో నే నెట్లో, సురూపురాండ్రలో నూర్వశియు నట్లు సాటి లేనిది కాఁబోలును.

రాజు—మిత్రుఁడా! యీమె సౌందర్యము ప్రత్యవయవవర్ణనమున కశక్యము గావున, సంగ్రహముగాఁ జెప్పెద నాకర్ణింపుము.

విదూ—ఇదిగో! సావధానుఁడ నయి యున్నాను.

రాజు—

క. అంగన మెయి నగవు న్నగ, సింగారంబునకు వింతసింగారంబున్
రం గగునుపమానమునకు, నంగగునుపమాన మిది యథార్థము సఖుఁడా!

విదూ—అందుచేతనే నీవు వానకోయిలలాగున దిన్త్యరసము నభిలషించుచున్నావు. ఇప్పు డెక్కడకుఁ బోయెదవు?

రాజు—వయస్యా! విరహి యగువానికి విజనస్థలముకంటె, వే ఱొకటి శరణము లేదు. నాకుఁ బ్రమదవనమునకు దారిఁ జూపుము.

విదూ—(తనలో) అయ్యో! యేమిగతి? (ప్రకాశముగా) దేవా! యిట్టిటు. (నడచుచున్నారు.)

విదూ—మిత్రుఁడా! ప్రమదవనసంగత మయిన యీదక్షిణమారుతము నీకతిథిసత్కారార్థ మెదురు వచ్చుచున్నది.

రాజు—చెలికాఁడా! యీవాయువునకు దక్షిణవిశేషణము తగియే యున్నది సుమీ.

తే. గీ. స్నేహదాక్షిణ్యములకల్మిచేతఁ దాను। మాధవీలతఁ జిడుపుచు మల్లితీఁగ
నల్లనాడించుచును మలయానిలుండు। కామికై వడిఁ గనుపట్టుఁ గాదె సఖుడ!

విదూ—మిత్రుఁడా! నీయభిలాష మిట్టిదియే కానోపు. (నడచి) ఇదే ప్రమదవనద్వారము. మిత్రుఁడా! యిందుఁ బ్రవేశింపుము.

రాజు—ముందర నీవు పద.

(ఇద్దఱును బ్రవేశించుచున్నారు.)

రాజు—(ముందు చూచి యాయాసపడుచు) ఔరా! యీప్రమదవనము నాకు నాపత్ప్రతీకార మని నిశ్చయించుకొంటిని. తుద కది వేఱువిధ మయినది.

క. గాటపుటారాటము పూఁ, దోఁటను బాయు నని నేను దొరపడి చొర, ని
చ్చోటు ప్రతికూలమగు నా, కేటిపడిం బోవువాని కెదురీఁతవలెన్

విదూ—ఎందుచేత?

ఊర్వ—(సిగ్గుతో) సఖీ! దానిప్రయోగము నీకు స్ఫురించుచున్నదా?

చిత్ర—అది యంతయు నీవే యెఱుఁగుదువు.

ఊర్వ—అవును. ఎఱుఁగుదును గాని, భయోద్రేకమున దానియందు నా కిప్పుడు నమ్మకము కుదుర కున్నది.

(ఇద్దఱు సిద్ధమార్గమును బొందుచున్నారు.)

చిత్ర—సఖీ! చూడు మిదిగోఁ! ప్రతిష్ఠానపురమునకుఁ జూడారత్న మగుపురూరవునిదివ్యభవనము; యమునాసంగమపావనము లయినభాగీరథీజలములయందుఁ దనయందమును జూచుకొనుచున్నట్టే గనుపట్టుచున్నది.

ఊర్వ—(ఆసక్తితో) సఖీ! స్వర్గమే వలస వచ్చిన దనుము. (ఆలోచించి) చెలియా! యాయాపన్నశరణ్యుఁ డెచ్చట నుండునో?

చిత్ర—సఖీ! యిదిగో! రెండవనందనముచందమునఁ జూపట్టుచున్నయీప్రమదావనమున దిగి తెలిసికొందము.

(ఇద్దఱు దిగుచున్నారు.)

చిత్ర—(రాజును జూచి సంతోషముతో) సఖీ! చూడుచూడు. ఈయన వెన్నెలవంటిని న్నాఁడఁబాసి తొలుపాడుపునెలలాగునఁ గనుపట్టుచున్నాఁడు.

ఊర్వ—(చూచి) సఖీ! మునుపటికంటె నా కిప్పుడే మహారాజు ప్రియదర్శనుఁ డగుచున్నాఁడు.

చిత్ర—అది యుక్తమే. సమీపింతము రమ్ము.

ఊర్వ—సఖీ! నే నిప్పుడు సమీపించుట కాదు. తిరస్కరిణీవిద్యచేతఁ గనఁబడకుండ నీయనప్రక్కనుండి చెంత నున్నచెలికానితో రహస్యమున నేమి యాలోచించుచున్నాఁడో వినియెదను.

చిత్ర—సఖీ! నీయిష్టము.

(ఇద్దఱును గూర్చున్నారు.)

విదూ—ఓప్రియమిత్రుఁడా! దుర్లభురా లగునీప్రియురాలిని గలిసికొనునుపాయ మాలోచించితిని.

రాజు—(ఊర కున్నాఁడు.)

ఊర్వ—(ఈర్ష్యతో) ఈయన గోరుకొనుటచే సౌందర్యగర్వము నొందుచున్న ధన్యురా లెవతె చెప్పుమా?

చిత్ర—సఖీ! మనుష్యభావమును బొందెద వేల? దివ్యదృష్టిని దెలిసికొనుము.

ఊర్వ—సఖీ! నే నిప్పుడు పరిభావము చేతఁ దెలిసికొనఁగలను కాని, యట్లుచేయుటకు భయపడుచున్నాను.

విదూ—ఓయి మిత్రుఁడా! నీప్రియురాలిని గలసికొను నుపాయము నాలోచించితి నని చెప్పుచున్నాను.

రాజు—చెలికాఁడా! యయిన నది యెట్లో చెప్పుము.

విదూ—మిత్రుఁడా! నీవు నిద్ర పొమ్ము; కలలో నామెను గలసికొందువు, లేదా యాయుర్వశిరూపమును జిత్తరువున వ్రాసి చూచుకొనుము.

ఊర్వ—(సంతోషముతో) ఓపిఱికిహృదయమా! యూఱడిల్లు మూఱడిల్లుము.

రాజు—మిత్రుఁడా! నీవు చెప్పినయీ రెండును నాకు వలనుపడనివే.

మ. కల నాప్రేయసిఁ దెచ్చి కూర్చునిదురన్ గన్మోడ్చి నేఁ బొందఁగాఁ
 గలనా? నాయెదఁ గామువాఁడిములుకుల్ గాఁడుం గదా సర్వదా!
 కలికిం జిత్తరువందుఁ జూడఁ గలనా? కందోయిబాష్పంబువుల్
 వెలికిం గ్రమ్మెడు, వ్రాయఁ బూనఁగనె యాలేఖ్యం బయో మిత్రమా!

చిత్ర—సఖీ! విన్నావమ్మా?

ఊర్వ—విన్నానుగాని నాహృదయమున కింకను దనివి దీఱకున్నది.

విదూ—వయస్యా! యావిషయమున నింతే నాబుద్ధివిభవము.

రాజు—(నిట్టూర్పుపుచ్చి)

చ. మఱిఁగెడు నామనంబునతిమాత్రపువేదన యే యెఱుంగదో,
 యెఱిఁగియు స్వప్రభావమున, నేలదొ తా నను, నట్టివేలుపుం
 దెఱవకునై, యలబ్ధఫలనీరససంగమవాంఛ నామదిన్
 మఱిమఱి నెంచు మన్మథుఁడు, మంచిది, తాను సుఖించుఁగావుతన్.

చిత్ర—సఖీ! విన్నావుగదా!

ఊర్వ—అయ్యయ్యో! మహారాజు న న్నీలాగునఁ దలంచుచున్నాఁడు. నే నెదుటఁ

బడి యాయనకుఁ బ్రతివచనము నీయఁజాలను. కావున నా దివ్యమహిమచేతను నిర్మిత మయినభూర్జపత్రమున నుత్తరము వ్రాసి యాయనయెదుటఁ బడవేసెదను.

చిత్ర — నాకు నిది యనుమతమే.

ఉర్వ — (విలాసముతో భూర్జపత్రముఁ బుచ్చుకొని వ్రాసి యట్లు చేయుచున్నది.)

విదూ — (చూచి దద్దఱిల్లి) అబ్బో! యేమోయి యిది? పాముకూసము కాఁబోలు; మనముందఱఁ బడినది. నన్నుఁ గఱచునేమో!

రాజు — (తెలిసికొని నవ్వి) చెలికాఁడా! యిది లలితకుటిలాక్షరములం వ్రాసిన భూర్జపత్రము గాని, పాముకూసము గాదు.

విదూ — అట్లయిన నో మిత్రుఁడా! యొకవేళఁ బూజ్యురా లుర్వశి తా నగపడకుండ, నీపరిదేవనము విని, తుల్యానురాగసూచకముగా నీపత్రిక వ్రాసి పడవేసినది కాదుగద!

రాజు — కోరికల కేమికొదవ? (పుచ్చుకొని చదివి సంతోషముతో) చెలికాఁడా! నీయూహము సరిగ నున్నది.

విదూ — హి. హి. హీ. మిత్రుఁడా! బ్రాహ్మణవచన మేల మఱియొకలాగగును? నీవిఁక నిమ్మళింపవచ్చును. మఱి యందేమి వ్రాసినదో నాకుఁ జెప్పవా?

ఉర్వ — బ్రాహ్మణా! మేలు మేలు! నీవు నాగరికుఁడవు.

రాజు — చెలికాఁడా! యాలకింపుము. (చదువుచున్నాఁడు.)

ఉ. "సామి! యెఱుంగ కీవు నను స్వాంతమునం దనుకొన్నలాగునన్
ప్రేమము గల్గునీయెడల నే ననురక్తను గాకపోయినన్,
గోమలపారిజాతసుమగుంఫితశయ్యను బవ్వళించినన్
నా మెయి నిర్దహించెడును నందనమందసుగంధవాయువుల్."

ఉర్వ — ఇప్పు డేమనునో?

చిత్ర — సఖీ! వేఱుగ ననవలసిన దేమి? వాఁడిపోయినతామరతూఁడులవంటి యీయనయవయవములే తెలుపుచునే యున్నవి.

విదూ — మిత్రుఁడా! నాఁకలిగొన్నప్పుడు నాకు స్వస్తివాచనకము దొరకినట్లు నీ కిప్పు డీ పత్రమున నీ సమాశ్వాసకారణము దొరకినది.

రాజు—మిత్రమా! సమాశ్వాసకారణ మనిరెద వేమి? చూడు,

ఉ. నమ్ము, సమానురాగ పిశునమ్మును, సల్లలితార్థబంధమై
కమ్మను వ్రాసియున్న ప్రియకాంతయుదంతము, నిశ్చయమ్ముగా
నిమ్మెయి నెంతు, నాదుమది రేక్షణ మహాఁదనమ్ముతో, సఖా!
యిమ్ముగఁ జెప్పలేత్రి, కదియించినయాచెలిమోముఁదమ్మిగన్.

ఊర్వ—ఇయ్యెడ మాయిరువురకును నెయ్యము సమవిభాగమే.

రాజు—చెలికాఁడా! నాప్రియురాలు ప్రేమచేత స్వహస్తముతో లిఖియించిన యీపత్రిక నీచేతితోఁ బట్టుకొనుము. నా వేళ్ళ చెమటచే నీయక్షరములు చెడిపోఁగలవు.

విదూ—(పుచ్చుకొని) ఏమిది? మిత్రుఁడా! పూజ్యురా లుర్వశి నీకోరికలఁ బుష్పింపఁ జేసి, పండింపుటకుఁ బోలుమాలుచున్నది.

ఊర్వ—సఖీ! రాజసన్నిధానమునకుఁ బోవ జంకుచున్న నాహృదయము నేను సుదుఖపఱుచుకొనునంతలో, నీవు ముందుగా నీయనకుఁ గానిపించుకొని నాకుఁ దగిన మాట లాడుచుండుము.

చిత్ర—అలాగే. (తిరస్కరణిని బాసి రాజుం జేరి) జయము జయము మహారాజ!

రాజు—(తొందరతోడ నాదరముతోడను) కల్యాణీ! కుశలమా? (పార్శ్వమునఁ జూచి)

గీ. అట్టు లలరింప లేనైతి వల్లసఖిని, బాసి వచ్చుటఁజేసి నకే భామ! నీవు
మున్ను సంగమదేశమునఁ గన్న యమున, గంగ నెనయక కనఁబడ్డకరణి, నిపుడు.

చిత్ర—దేవా! ముందుగా మేఘమాలయుఁ, దరువాత మెఱపుఁదీఁగయు గనఁబడుచుండును గదా!

విదూ—(వెనుకదిరిగి) ఈమె యుర్వశి కాదా? ఆపూజ్యురాలియనుఁగుఁజెలియా?

రాజు—ఇదిగోఁ! పీఠము. కూరుచుండుము.

చిత్ర—దేవా! యుర్వశి తలతోడను నమస్కరించి మహారాజుగారితో మనవి చేయుచున్నది.

రాజు—ఏ మని యాజ్ఞాపించుచున్నది?

చిత్ర—"నన్ను రాక్షసబాధవలన రక్షించుటకు దేవరవారే శరణ మయినారు.

ఇప్పుడు నేను మరల దేవరదర్శనమున మారుబారికి లోనయి వెండియు దేవరనే శరణు చొచ్చితిని; కాఁబట్టి కరుణింప వలయు''నని.

రాజు—ఓశుభాననా!

ఆ. వె. మారుబారిఁ బడియె మగువ యందువు గాని, సుదతి! నాయవస్థఁ జూడవయితి;
మాకు నిర్వురకు సమానమె వలపంత, తప్తలోహమునను దప్త మతుకు.

—పూర్వపాఠమున నుత్తరార్ధము—

మదనుఁ డదుకఁ దగును మము సమప్రణయులఁ
దప్తలోహమునను దప్త మట్లు.

చిత్ర—(ఊర్వశిని జేరి) సఖీ! యిటు రమ్ము. నీకంటెను గటికితనము సహించిన మన్మథునిఁ జూచి నీప్రియునకు నేను దూతిక నయితిని.

ఊర్వ—(తిరస్కరిణిని బాపి దుఃఖముచేత నణఁకయు భయమును గలది యయి) ఓసి చలచిత్తురాలా! నన్నింతటిలో వదలిపెట్టితివే?

చిత్ర—(చిఱునవ్వుతో) సఖీ! యెవరి నెవరు వదలిపెట్టునదియు నిప్పుడే తెలియ వచ్చును. ఆచారము నడుపుము.

ఊర్వ—(భయముతో రాజును సమీపించి) జయము జయము మహారాజ!

రాజు—(సంతోషముతో) సుందరీ!

ఆ. వె. వేయిగనులవాని విడిచి వే ఱొక్కని, చాయఁ బోనినీదుజయపదంబు
నన్నుఁ బొందెఁ గాన సన్నతాంగిరో! నాకు,జయము గలుగుటకును సందియంబె?

(చేయి పట్టుకొని చెంగటఁ గూర్చుండఁ బెట్టుకొనుచున్నాఁడు.)

విదూ—ఏ మిది నీకు మర్యాదయే గా! రాజునకుఁ బ్రియమిత్రుఁడను, బ్రాహ్మణుఁడను, నాకు నమస్కారము చేయ వయితివి.

ఊర్వ—(చిఱునవ్వుతో నమస్కరించుచున్నది.)

విదూ—స్వస్తి భవత్యై. (తెరలో)

దేవదూత—చిత్రలేఖా! యూర్వశిని త్వరపెట్టు. త్వరపెట్టు.

ఆ. వె. అష్టరసములకును నాశ్రయ మైనదే, భవ్యనాటకమున భరతముని
యేర్పరించె మిమ్ము, నెలమి దానిఁ గనంగ, దివిజభర్త కొలువు దీర్చి యోయుం

(అందఱు వినుచున్నారు.)

ఊర్వశి—(విషాదముఁ బొందుచున్నది.)

చిత్ర—ప్రియసఖీ! దేవదూతవాక్యము విన్నావా? ఇంక మహారాజునొద్ద నీవు సెలవుఁ బుచ్చుకొనుము.

ఊర్వ—(నిట్టూర్పు విడిచి) సఖీ! నాకు నోరు రాకున్నది.

చిత్ర—"మహారాజా! యీజనము పరాధీనము; కాఁబట్టి యింద్రాజ్ఞ నతిక్రమింప కుండుటకయి దేవరవారి నభ్యనుజ్ఞ వేఁడుకొనుచున్నా"నని యుర్వశి మనవి సేయుచున్నది.

రాజు—(కష్టముతో మాట దెచ్చుకొని) నే నీమె స్వామియాజ్ఞను గాదనఁ జాలను గాని, యీజనునిమాత్రము మఱవవల దనుచున్నాను.

ఊర్వ—(వియోగదుఃఖము నిరూపించి రాజును జూచుచుఁ జెలికత్తెతో నిష్క్రమించుచున్నది.)

రాజు—(నిట్టూర్పు విడిచి) హా! యిప్పుడు నాకన్నులకు గ్రుడ్డితనము వచ్చినట్లే యున్నది.

విదూ—(పత్రికను జూపఁ దలఁచి) మిత్రుఁడా! (అర్ధోక్తిని దనలో) అయ్యయ్యో! యింక నే మున్నది? ఊర్వశిని జూచి విస్మయపడి, చేతనుండి జాఱిపోయిన భూర్జపత్రము నెఱుఁగలేకపోయితిని.

రాజు—ఓయీ! నీవేమో చెప్పఁ బోయినావు?

విదూ—మఱేమియు లేదు. నేను జెప్పఁ దలఁచినది యిది. నీ వూరక దుఃఖింప వలదు. నీయం దుర్వశికి గాఢానురాగ మున్నదిగదా! ఆమె యిఁక ముందును నాయను బంధముఁ ద్రెంచివేయదు.

రాజు—నాకును మనసులో నిట్లే తోఁచుచున్నది. చూడు. ఇచ్చటనుండి బయలు దేఱి వెళ్ళునప్పుడు—

ఆ. వె. దేహమునకుఁ దా నధీశ్వరి గామి స్వా, ధీనమయినహృదిని దెఱవ నాకు
నప్పగించి చనినయట్టు లే కనుపట్టెఁ, జన్నుమిట్ట లదరుశ్వాసములను.

విదూ—(తనలో) అయ్యయ్యో! మిత్రుఁడు భూర్జపత్రముమాట యెప్పుడు దలపెట్టునో యని నాగుండెలు పీచుపీచుమనుచున్నవి.

రాజు—చెలికాఁడా! మిక్కిలి విచారముగా నున్నది. నే నిప్పు డేలాగున నాశ్వస్తుఁడను? (తలఁచుకొని) అఁ! యేదీ మిత్రుఁడా! భూర్జపత్త్రము?

విదూ—(అంతటఁ జూచి విషాదముతో) అయ్యో! కనఁబడ దాయెను. మిత్రుఁడా! —భూర్జపత్త్రము దేవతాసంబంధముగలది గదా! కావున నదియు నుర్వశితోనే పోయి యుండును.

రాజు—(అసూయతో) ఛీ! మూర్ఖున కన్నిటను బరాకే. మఱి వెదకు.

విదూ—ఓయీ! వెదకెదను. (లేచి) ఇదిగో! నిక్కడ నున్నది. అదిగో! నక్కడ నున్నది. (బహువిధములు గంతులు వేయుచున్నాఁడు.)

(తరువాత నౌశీనరియుఁ జేటియుఁ బరిచారకులును బ్రవేశించుచున్నారు.)

దేవి—ఓసీ! నిపుణికా! విదూషకునితోఁ గూడ మహారాజు లతాగృహముఁ జొచ్చుటయు నింగా నిజముగా నీవు చూచినావా?

చేటి—అమ్మా! తమతో నే నెప్పుడయిన నసత్యము మనవి చేసినానా?

దేవి—అట్లయిన, నీ వప్పుడు చెప్పినమాట నిజమో కాదో నే నీతీఁగెలగుంపులచాటునఁ బొంచియుండి వీరియేకాంతములను వినియెదను.

చేటి—దేవీ! చిత్తము.

దేవి—(నడచి ముందుచూచి) నిపుణికా! యిది యేమిపత్త్రము? పాఁతపేలికలగున దక్షిణమారుతముచేత నిటు లెగిరి వచ్చుచున్నది.

చేటి—(పరిశీలించి) దేవీ! దొరలుటను బట్టి బాగుగఁ దెలియ వచ్చుచున్నది. ఇది యక్షరములు వ్రాసినభూర్జపత్త్రము. ఓహో! మీయందే వచ్చి దగులుకొన్నది. (పుచ్చుకొని) అమ్మా! చదువుఁడి.

దేవి—నీవే చదివి చూడుము. అనుకూలముగా నున్న వినియెదను.

చేటి—(అట్లు చేసి) దేవీ! యిది యాపవాదములాగుననే కనఁబడుచున్నది. ఉర్వశి మహారాజునకు వ్రాసినయుత్తర మని భావించెదను. ఆర్యమాణవకుని ప్రమాదము వలన మనచేతిలోఁ బడినది.

దేవి—అయినచో నది వినియెదను జదువు.

చేటి—(చదువుచున్నది.)

ఊ. “స్వామి! యెఱుంగ కీవు నను స్వాంతమునం దనుకొన్న లాగునన్
ప్రేమము గల్గునీయెడల నే ననురక్తనె కాకపోయినన్,
గోమలపారిజాతసుమగుంఫితశయ్యను బవ్వళించినన్
నా మెయి నిర్దహించెడును నందనమందసుగంధవాయువుల్.”

దేవి—ఓసీ! రా! రా! అప్సరఃకాముఁ డయినయీయన కిది కానుకగా నిచ్చి సందర్శింతము.

చేటి—దేవీ! చిత్తము. (ఇద్దఱును లతాగృహమున కరుగుచున్నారు)

విదూ—మిత్రుఁడా! యిది యేమి? గాలిచేత నెగిరిపోయి ప్రమదవనసమీపమునఁ గ్రీడాపర్వతశిఖరమునఁ గనఁబడుచున్నది.

రాజు—(లేచి యంజలిపట్టి) భగవానుఁడా! వసంతప్రియ! మన్మథబంధూ! మలయమారుత!

ఊ. భూరిసువాసనల్ గలుగు; మ్రిచ్చిలు తీవలపూదుమార మ
య్యో! రమణీస్వహస్త మది యీ లత యేల హరించితయ్యె? పె
ల్లారట మొందినావు మును పంజనఁ గోరుదు; నీ వెఱుంగవే?
మారునిబారి గొట్టె యగుమానిసి కిట్టివ కావె యారటల్?

చేటి—దేవీ! చూడు. చూడు. ఈభూర్జపత్రము నే వెదకికొనుచున్నారు.

దేవి—అట్లయినఁ జూచెద నూరకుండుము.

విదూ—(విషాదముతో) అయ్యయ్యో! వికసించిననల్లగలువపూవువన్నె గలిగిన యీ నెమిలికన్ను చూచి మోసపోయితిని.

రాజు—అయ్యో! నేను మందభాగ్యుఁడను. సర్వథా మోసపోవుచున్నాను.

దేవి—(తటాలున సమీపించి) ఆర్యపుత్రా! తొట్రుపడకుఁడు. ఇదిగో! మీ [illegible]ర్జపత్రము.

రాజు—(తత్తఱపడి తనలో) అయ్యో! యిదిగో! దేవి. (తెలతెలపోవుచుఁ [illegible]కాశముగా) దేవీ! కుశలమా?

దేవి—నాథా! నా కిప్పుడు దురాగతము వచ్చినది.

రాజు—(జనాంతికముగా) చెలికాఁడా! దీని కిప్పుడు ప్రతికార మేమి?

విదూ—(జనాంతికముగా) సొత్తుతోఁ బట్టువడినదొంగ, మాటలతోఁ దప్పుకొన లేఁడు.

రాజు—(వెనుక దిరిగి) మూఢుఁడ! యిది పరిహాసమునకు వేళ గాదు. (ప్రకాశముగా) దేవీ! మేము వెదకుకొనునదియీపత్త్రము గాదు. అదివ్యావహారిక పత్త్రము

దేవి—నాథా! మీగుట్టును మీరు గాపాడుకోవలసినదే.

విదూ—అమ్మా! యీయనకుఁ ద్వరగా భోజనము పెట్టింపుము. దానిచేతనుగా యీపైత్యము తగ్గి స్వస్థతఁ బొందఁడు.

దేవి—నిపుణికా! యీబ్రాహ్మణుఁడు మిత్త్రునికయి కడుఁ జక్కఁగాఁ జెచున్నాఁడు. ఆఁకటిచేతఁ జెలికాఁడు బాధపడుచున్నాఁడఁట

విదూ—మాను. దేవీ! యావహించినపిశాచము గూడ నన్నుచేత వదలిపోచున్నది. ఇఁక నిది యెంతో?

రాజు—మూర్ఖ! నీవు బలవంతముగా నన్నపరాధిని జేయుచున్నావు.

దేవి—నాథా! మీ కిష్టము కాకపోయినను మీయెదుట నున్నందున నాదే యీ యపరాధము. మీ దేమియపరాధము? ఇదిగోఁ! బోయెదను. నిపుణికా! యిటు... (కోపముతో బయలుదేఱుచున్నది.)

రాజు—

క. తాళుము నే నపరాధిని, జాలింపుము కోప మిఁకఁ బ్రసన్నవు గమ్మా
యేలిక కోపించిన జన, రాలా! దాసుండు నిరపరాధుం డగునే?

(పాదములమీఁదఁ బడుచున్నాఁడు.)

దేవి—ధూర్తుఁడా! నేను లఘుహృదయురాలను. నీబతిమాలుటలకు సంతసింపఁగా కాని యీరహస్యము దెలిసె నేని దక్షిణనాయకుఁడవగు నీకేమిసంభవించునో యని వెఱచుచున్నాను.

చేటి—దేవీ! యిట్టిటు.

దేవి—(రాజును విడిచి పరిజనముతో నిష్క్రమించుచున్నది.)

విదూ—మిత్త్రుఁడా! దేవి వానకాలపునదిలాగునఁ గలఁక దేఱకయే పోవుచున్నది. లెమ్ము లెమ్ము.

రాజు—(లేచి) చెలికాఁడా! యిది యిప్పుడు తగినపని కాదు.

ఆ. వె. ప్రేమ లేనిప్రియులప్రియవాక్యములతోడి, యనునయములు సతులమనసులకును
నెక్క విది నిజంబు కృత్రిమరత్నముల్, తద్విదులకు మనసు దనుపఁ గలవె?

విదూ — నీ కీమాట యనుకూలము గానే యున్నది. కన్నులు కలఁగినవానికి దీపశిఖ యెదుట నుండఁ గిట్టదు గదా!

రాజు — అట్లు గాదు. ఊర్వశియందు మనసుపడి యున్నను, దేవియందు నాకు మునుపటిగౌరవమే యున్నది. అయినను నాప్రార్థన నుల్లంఘించినది కావున, నేను ధైర్య మవలంబించెదను.

విదూ — మిత్త్రుఁడా! నీమాట దేవిమాట, యటుండ నిమ్ము. ఇప్పుడు నే నాఁకటి కోర్వఁ జాల కున్నాను. నాజీవము నిలుపఁ బెట్టుము. ఇది స్నానభోజనములకు సమయముగదా!

రాజు — (పైకిఁ జూచి) ఓహో! మధ్యాహ్న మయినది. చూడు.

చ. చలువకుఁ జేరఁజుక్కె నెమిలి చల్లనిచెట్టుమొదంటిపాదునం
దళి యడఁ గర్ణికారముకుళాగ్రము విచ్చుక లోనఁ దూఱెడున్,
నిలువక కన్నెలే డుడుకునీటఁ, దటాక్షిని కల్లఁ దూఱెడున్:
చిలుకయుఁ బంజరాన దగచేఁ బడకింటఁ జలంబు గోరెడున్.

(నిష్క్రమించుచున్నారు.)

ఇది శ్రీపరమేశ్వరపరప్రసాదలబ్ధసరసకవితాధురంధర వడ్డాదిసాధు
వంశక్షీరనీరాకరరాకాసుధాకర రాచ్చనామాత్యపౌత్త్రహారీతస
గోత్త్ర పవిత్త్రగుణకదంబలక్ష్మాంబాగర్భశుక్తిముక్తాఫల
సూరపరాజప్రధానతనూభవ విబుధవిధేయ సుబ్బ
రాయనామధేయాంధ్రీకృత మగువిక్ర
మోర్వశీయనాటకము ద్వితీయాం
కము.

శ్రీరస్తు.

శ్రీపరమాత్మనేనమః.

విక్రమోర్వశీయము.

తృతీయాంకము.

(తరువాత భరతశిష్యులు ప్రవేశించుచున్నారు)

ప్రథముఁడు—మిత్రుఁడా! పైలవ! మహేంద్రసభకుఁ బోయెడుమనయుపాధ్యాయులతో నీవు దర్భాసనము పట్టుకొని కూడఁ బోయితివి. నే నగ్నిహోత్రగృహమును కాపాడుటకై నింటియొద్ద నుంటిని. అందుచేత నిన్నడుగుచున్నాను. గురువుగారినాటక ప్రయోగమునకు దేవసభ యానందించినదా?

ద్వితీయుఁడు—మిత్రుఁడా! గావల! యెట్లు లానందించినదో నాకుఁ దెలియదు. సరస్వతీకృత మయినయాలక్ష్మీస్వయంవరనాటకప్రబంధమున నూర్వశి యాయారసాంతరస్థానములయందు బొత్తిగ నున్మత్తురాలయి ప్రవర్తించినది.

ప్రథ—మిత్రుఁడా! నీ విఁకఁ జెప్పఁ బోవుదానియందు దోషమున కవకాశ మున్నట్లు పొడకట్టుచున్నది.

ద్వితీ—అవును. అప్పుడు ప్రమాదమున నూర్వశిమాట తడఁబడినది.

ప్రథ—ఎట్లు?

ద్వితీ—మిత్రుఁడా! యానాటకములో లక్ష్మీవేషమును ధరించినయూర్వశిని జూచి వారుణీవేషమును ధరించినమేనక "సఖీ! ముల్లోకముల నున్నలోకపాలురు విష్ణుతోఁ గూడ నీస్వయంవరమునకు వచ్చి యున్నవారు. ఇందఱిలో నీ కెవరిమీఁద మన సున్నదో చెప్పు మన్నది.

ప్రథ—తరువాతఁ దరువాత?

ద్వితీ—అప్పు డూర్వశి పురుషోత్తమునిమీఁద ననఁ బోయి పురూరవునిమీఁద నని పలికినది.

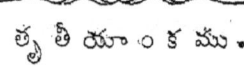

ప్రథ—ఆహా! బుద్ధీంద్రియములు కాఁబోవుదాని ననుసరించి యుండును గదా! దానికి మనగురువుగారు కోపపడలేదా?

ద్వితీ—కోపపడ కుందురా? గట్టిగ శపించినారు. పిమ్మట దేవేంద్రుఁడు దానిని గనికరించినాఁడు.

ప్రథ—మిత్రుఁడా! యది యెట్లు?

ద్వితీ—"ఓసీ! నాయుపదేశము దప్పితివి; కావున నీకు దివ్యస్థానము లేక పోవుఁగాక" యని రోషాజ్ఞతో శపించినారు. అప్పుడు సిగ్గునఁ దలవంచుకొని యున్న యుర్వశిని జూచి మహేంద్రుఁ డుర్వశీ! నీవు మోహించినవిధమున నాకు రణసహాయుఁ డయిన రాజర్షికిఁ బ్రియము సలుపవలసినదే. సంతానప్రాప్తి యగునంతవఱకు నప్పురూరవుని యథేచ్ఛముగాఁ బొందియుండుమని సెల విచ్చినాఁడు.

ప్రథ—మిత్రుఁడా! యితరులను గూడఁ దనవంటివారినిగానే తలఁచుకొనియెడు మహేంద్రుని కిట్లు పలుకుట యుచితమే గదా!

ద్వితీ—(సూర్యునిఁ జూచి) మాటలపరాకున స్నానవేళ మించఁబెట్టి తప్పు చేసితిమి. ఇంక మనము గురువుగారియొద్దకుఁ బోవుదము. పద.

(నిష్క్రమించుచున్నారు)

(విష్కంభము.)

[తరువాతఁ గంచుకి ప్రవేశించుచున్నాఁడు.]

కంచు—

చ. కడఁగుదు ధర్మముల్ పడయఁ గల్గునయన్నన గేస్తు లందఱున్;
గొడుసు లనంతరంబు గయికో గృహాశ్రమము, విశ్రమింతుర్; మా
కడిగతి దేమి? మే నహరహంబు హరించెడి సేవరూపునన్
జెడుచెఱ మాఁడెఁ; గష్ట మిది స్త్రీజనమం దధికార మక్కటా.

—పూర్వపాఠము—

ఉ. ఎల్లరుఁ బ్రాయమునం దనుభవించి సుఖంబులు, మీఁదఁ బుత్రులం
దిల్లిడి విశ్రమింతు రటఁ నేమొ శరీరము ప్రత్యహంబు శో
షిల్లఁగఁ జేయుసేవ యనుడిగ్గ్లశ నెప్పుడు నిల్పియుంటి మో
చెల్ల! మహాఘసంఘ గద స్త్రీజనమం దధికార మేరికిన్.

(నడచి) వ్రతస్థురాలగుదేవి నాతోఁ "కంచుకీ! నేను గోపము మాని నాథా! నావ్రతము గొనసాగింప నలసిన దని నిపుణికాముఖమున మహారాజును బ్రార్థించి యుంటిని. నీవు కూడ నిప్పుడు నామనవిగా మహారాజున కట్లు విన్నవింపు మని సెలవిచ్చినది. కావున నిప్పటికి సంధ్యాజపమును నిర్వర్తించి యుండుమహారాజును నేను సందర్శించెదను. (నడచి చూచి) ఆహా! రాజగృహమునందలిసాయంకాలవృత్తాంత మెంత రమణీయముగా నున్నది!

చ. మలఁచినమూపెరిన్ నిదురమంపునఁ బొల్చు నెమిళ్ళ యష్టులన్;
వలభులయందుఁ బావురపుభ్రాంతి నొనర్చెడు జాలధూపముల్;
వెలుఁగు లెసంగ నంతిపురివృద్ధసతుల్ గసుమోపహార మా
స్థలముల సాంధ్యమంగళవిధానముగా విభజింతురు దీపముల్.

(చూచి) ఓహో! మహారా జీలాగుననే వచ్చుచున్నాఁడు.

ఆ. గీ. బలసి యూడిగంపువెలఁదుకల్ దివిటీలు, కేలఁబూని రాఁగఁ గ్రాలె నితఁడు,
చటులకర్ణికారశాఖలపూలతో, ననచుపక్షసహితనగము వోలె.

ఈయనకు నేను గనఁబడులాగున నిలిచి వేచియుండెద. (నిలుచున్నాఁడు)

(తరువాతముందుచెప్పినట్లుపరివారముతో రాజును విదూషకుఁడును బ్రవేశించుచున్నారు)

తే. గీ. పగలు కార్యాంతరంబులఁ దగిలి యుండి, యెట్టెటో ప్రొద్దుపుచ్చితి నింక నిప్డు
నిర్వినోదత జాములు నిడుపు లగును; గటకటా! యెట్టు లీ రేయి గడపువాఁడ?

కంచు—(సమీపించి) జయము జయము మహారాజ! "నాథా! మనమణిహర్మ్య మీఁదికిఁ జంద్రుఁడు చక్కఁగాఁ గనఁబడఁ గలఁడుకావున, నాధవళకిరణుఁడు రోహిణీసమీపమునకు వచ్చునంతదనుక దేవరవారు నాకొఱకు మేడమీఁద దయచేసి యుండవలయు" నని దేవి మనవి సేయుచున్నది.

రాజు—అయ్యా! సత్కీర్తీ! నీయిష్ట మంటి నని దేవితో మనవిచేయుము.

కంచు—దేవా! చిత్తము. (నిష్క్రమించుచున్నాఁడు)

రాజు—(విదూషకునితో) చెలికాఁడా! దేవి యీవ్రతము కేవలము వగవూగానే యారంభించి యుండునా?

విదూ—మిత్రుఁడా! యామె కిప్పుడు పశ్చాత్తాపము గలిగినది. అందు

మును పామెను నీవు కాళ్ళు పట్టుకొని బతిమాలుకొనినను నిరాకరించి కోపముతో లేచి పోయినతర్వాత నీనోము నెపమునఁ బాపుకొనఁ దలఁచిన దని నే నూహించెదను.

రాజు—నీవు బాగుగా నాలోచించి చెప్పితివి. అట్లేసుమీ.

క. మొదటఁ బ్రియాపము మీఱియుఁ, బదపడి మానినులు మిగులఁ బశ్చాత్తాపం

బొదవి దయితానునయముల, నెపలను గడు సిగ్గుపడుదు రెందును సఖుఁడా.

ఏదీ? మణిహర్మ్యమునకు నాకు మార్గము చూపుము.

విదూ—మిత్రుఁడా! యిదిగో! మణిహర్మ్యము. రాత్రియగుటచేత దీపముల వెలుఁగునఁ గడు రమణీయముగాఁ గానఁబడుచున్నది. దీనిని గంగాతరంగములవలె నున్న యాస్ఫటికమణిసోపానములమీఁదుగా నారోహింపుము.

రాజు—ముందు నీ వెక్కుము.

ఉభయులు—(మేడ యెక్కుచున్నారు.)

విదూ—మిత్రుఁడా! చంద్రోదయమునకు వేళ యాయినట్టున్నది. చీఁకటి క్రమ క్రమముగాఁ బలుచనయి తూర్పుదిక్కు కొంచె మెఱుపెక్కి నేత్రోత్సవము సేయుచున్నది.

రాజు—నీవు చక్కఁగాఁ బలికితివి.

ఆ. వె. పొడుపుఁగొండవెనుకఁ బొంచి యుండినచంద్రు, కిరణములను నిరులు విరిసి పోవ

ముంగురులను నూర్ధ్వముగఁ దోఁచికొన్నట్లు, ప్రాఙ్ముఖంబు కనులపండు వయ్యె.

విదూ—ఇహిహి! మిత్రుఁడా! యుండ్రముముక్కలాగున భగవానుఁడు మృగలాంఛనుఁడు పయికి వచ్చుచున్నాఁడు.

రాజు—(చిఱునవ్వుతో) అన్నిటఁ దిండిపోతున కాహారమే విషయము. (లేచి యంజలి పట్టి) భగవానుఁడా! నిశానాథా!

ఆ. వె. సూర్యుఁ జేరు దీన సుజనులకిరియలకై; సుధను దనుపు దీన సురలఁ బితల;

నిసిని గ్రమ్మునరులఁబస యడంతువు నీవ; హరునిశిరముమీఁదియతఁడ వీవ?

దేవా! నీకు నమస్కారము.

విదూ—మిత్రుఁడా! బ్రాహ్మణుఁడ నయిన నా మోమునుండి వచ్చు నక్షరముల చేత మీ తాతగారు నీ కనుజ్ఞ నిచ్చుచున్నారు. నీ వాసన మలంకరింపుము. నేనును సుఖముగాఁ గూరుచుండెదను.

రాజు—(కూరుచుండి పరిజనమును జూచి) ఈవెన్నెలలో నీదివిటీలు వెలవెల పోవుచున్నవి. వ్యర్థముగా నివి యేల? మీరు సెలవు పుచ్చుకొని విశ్రమింపుఁడు.

పరి—దేవా! చిత్తము. (నిష్క్రమించుచున్నారు)

రాజు—(చంద్రునిఁ జూచి విదూషకునితో) చెలికాఁడా! ఇంక నొకముహూర్తమునకు దేవి వచ్చును. కనుక నీరహస్యస్థలమున నాయవస్థను నీకుఁ జెప్పెదను.

విదూ—మిత్రుఁడా! యుర్వశి కనఁబడకపోయిన నేమి? ఆమె పోవునపుడు నీయెడల గాఢానురాగము కనఁబఱిచినదిగదా! కాఁబట్టి యాశాబంధమున జీవమును గాపాడుకొనవచ్చును.

రాజు—మిత్రుఁడా! నీవు చెప్పినది సత్యమే. అయినను నావలవంత యంతకంతకు నధిక మగుచున్నది.

ఆ. వె. ఎగుడుదిగుడుబాలయిఱుకున వడి తొట్రు, వడినయేటినీటివడువుఁబోలెఁ
గలయికలకు విఘ్నములు ఘటిల్లుటఁజేసి, మారుఁ డిపుడు నూఱుమడుఁగు లయ్యె.

విదూ—చెలికాఁడా! యవయవము లధికముగాఁ జిక్కిపోయి నీవు శోభిల్లుచున్నావు. కావున నీకుఁ బ్రియాసమాగమము చేరువయైనట్లు నేనూహించుచున్నాను.

రాజు—(నిమిత్తమును సూచించుచు) వయస్యా!

ఆ. వె. ఆసపుట్టుమాట లాడుచు నామనో, వ్యథను నీవు పాపునట్లె, చూడు
మదరుటలను దక్షిణాంసంబు గూడను, నన్ను నూఱడించుచున్న దిపుడు.

విదూ—చెలికాఁడా! బ్రాహ్మణవచనముగదా! మఱియొకలాగున నేలజరుగును?

రాజు—(ఆసతోనున్నాఁడు)

(తరువాత నభిసారికావేషము ధరించి యాకాశయానమున నూర్వశి చిత్రలేఖతోఁ బ్రవేశించుచున్నది.)

ఊర్వ—(తన్నుఁ జూచుకొని) సఖీ! చిత్రలేఖా! స్వల్పాభరణభూషితురాలనయి నీలిచీరను గట్టుకొన్న నాయభిసారికావేషము నీమనస్సున కింపుగా నున్నదా!

చిత్ర—సఖీ! యేమని చెప్పెదను? నీయందమును వర్ణించుటకు నాకు వాగ్వైభవము చాలదు. అయిన నిట్లనుకొనెదను. నేనే పురూరవసుఁడ నయితినా—

ఊర్వ—సఖీ! నన్ను నావన్నెకాఁ డున్నచోటికి సత్వరముగఁ గొనిపొమ్మని నిప్పు దయ్యన్నాఁ డగుమన్మథుఁడు నీ కాజ్ఞాపించుచున్నాఁడు.

చిత్ర—(చూచి) సఖీ! కైలాసశిఖరసశ్రీకంబయి యామినీయమునాప్రతిబింబిత మయినట్లు భాసిల్లెడునీప్రియతమునివాసభవన మిదిగో! సమీపించినాము.

ఊర్వ—చెలియా! యాలాగయినయెడల నాహృదయమును హరించినయామహారాజిప్పు డెక్కడ నుండునో, యేమిచేయుచుండునో నీదివ్యదృష్టిని తెలిసికొనుము.

చిత్ర—(ధ్యానము నభినయించి తనలో) కానీ దీనితోఁ గొంచెము మేల మాడెదను. (ప్రకాశముగా) సఖీ! తెలిసికొన్నాను. ఇప్పు డామహారాజు విహారయోగ్యప్రదేశమున మనోరథలబ్ధ మయినప్రియాసమాగమసుఖము ననుభవించుచున్నాఁడు.

ఊర్వ—(విషాదము నభినయించుచు నిట్టూర్పుతో) సఖీ! యట్టియదృష్టము పట్టినది ధన్యురాలుగదా!!

చిత్ర—ఓసిముగ్ధా! యది నీవుగాక మఱియొకప్రియురా లనుకొనుచున్నావే?

ఊర్వ—(నిట్టూర్పుతో) సఖీ! యవశమయి నాహృదయ మట్లు సంశయించుచున్నది.

చిత్ర—(చూచి) సఖీ! చూడు మిదిగో! మహారాజు నర్మసఖుఁడొక్కఁడే తనకు సహాయుఁడుగా నీమణిసౌధమున నాసీనుఁ డయి యున్నవాఁడు. సమీపింతమురమ్ము.

ఇద్దఱు—(దిగుచున్నారు)

రాజు—వయస్యా! రాత్రితోఁగూడ నామదనబాధ వర్ధిల్లుచున్నది.

ఊర్వ—సఖీ! యర్థము స్పష్టముకాక యున్నయీయనమాటచేత నాగుండెలు తటతటఁ గొట్టుకొనుచున్నవి. సంశయము దీఱువఱకు నిక్కడ దాఁగియుండి వీరిరహస్యభాషణములను విందము.

చిత్ర—సఖీ! నీయిష్టము.

విదూ—మిత్రుఁడా! నీ వమృతగర్భము లయినయీచంద్రకిరణములను సేవింపుము.

రాజు—వయస్య! యీతాప మిటువంటివానిచేత నుపశమిల్లునా;

తే. గీ. క్రొన్ననలపాన్పు, జాబిల్లివెన్నెలలును, మై నలందినగందంబు, మణులభువులు,
బాప మార్చునె, యావేల్పుఁదరుణిదైన—

ఊర్వ—(ఱొమ్మునఁజేయియుంచుకొని) ఇఁక రెండవదేదో?

రాజు— నా మెయేకాంతకథయైన నార్పఁగాని.

ఊర్వ—హృదయమా! నన్ను విడిచి యీయనను బొందినందుకు నీ విప్పుడు తగిన ఫలమును బొందితివి.

విదూ—మిత్రుఁడా! నీవు చెప్పినమాట నిజమే. నేను గూడ గారెలుగాని బూరెలుగాని దొరకనినాఁడు వానిని దలఁచుకొనుచు నూఱడిల్లుదును.

రాజు—మిత్రుఁడా! నీ కవి యేలాగున నయిన దొరకఁగలవు.

విదూ—నీవును నీప్రియురాలిని శీఘ్రముగాఁ బొందఁగలవు.

రాజు—వయస్య! నామనస్సులో నిట్లనుకొనియెదను.

చిత్రి—ఓసి యసంతుష్టురాల! వినువిను. ఏమో చెప్పుచున్నాఁడు.

విదూ—మిత్రుఁడా! యెట్లు?

రాజు—చెలికాఁడా! విను.

తే. గీ. స్యందనక్షోభమునఁజేసి యిందువదన, యంస మంసముతోడ రాపాడెఁ గానఁ
దలఁప నీభుజ మొక్కటే ధన్య మితర, మైనమే నెల్ల భూమికి నతిభరంబు.

ఊర్వ—ఇంక నే నాలస్యము సేయనేల? (గ్రక్కున సమీపించి) సఖీ! నే నెదుర నిలఁబడినను నన్నెఱుఁగనియట్లు లీయన యూరకున్నాఁ డేమి?

చిత్రి—(చిఱునవ్వుతో) ఓసీ! యెంతతొందర రే. తిరస్కరణిని బరిహరించితివా?

(తెరలో) దేవీ! యిట్టిటు. (అందఱును వినుచున్నారు.)

(ఊర్వశి చెలికత్తెతో విషాదముఁ బొందుచున్నది.)

విదూ—అయ్యో! మిత్రుఁడా! దేవి వచ్చుచున్నది. నీ వింకఁ బెదవి గదల్పకుము.

రాజు—నీవును దిన్నగా నుండుము.

ఊర్వ—సఖీ! యిప్పు డేమిగతి?

చిత్రి—ఓసి పిఱికిదానా! తొందరపడకు. తిరస్కరణీవిద్యను విడువలేదు. కనుక మన మింకను గనఁబడములే. ఈదేవియు నేదో వ్రతము చేయుచున్నట్లు లగపడుచున్నది. కనుక నిక్కడఁ దడవు నిలువదు.

(తెరువాతఁ బూజోపకరణములు దెచ్చుపరిజనముతో దేవి ప్రవేశించుచున్నది.)

చేటి—దేవీ! యిట్టిటు.

దేవి—(చంద్రునిఁజూచి) నిపుణికా! భగవానుఁడు చంద్రుఁడు రోహిణీసంయోగమున నెంతచక్కఁగా శోభిల్లుచున్నాఁడే.

చేటి—అమ్మా! దేవితోఁ గూడినమహారాజునకు రమణీయత యధికము గాదా?

అందఱు—(నడుచుచున్నారు.)

విదూ—మిత్త్రుఁడా! దేవి నాకు వాయనమే యిచ్చునో, చంద్రునిప్రీత మను మిషచేత నిన్నుద్దేశించి చేసెడియీవ్రతముమూలమునఁ గోపము విడిచిపెట్టి ప్రణిపాతలంఘనరోషమును బరిహరించుకొనునో, యెఱుఁగనుగాని, యీమె నాకిన్నాళ్ల కెంతో సుముఖురాలుగా నగపడుచున్నది.

రాజు—(చిఱునవ్వుతో) చెలికాఁడా! నీకు రెండువిధములు ననుకూలములే గాని, రెండవదిమాత్రము నా కనుకూలము. చూడు మీదేవి—

ఆ. వె. మడుఁగుఁజీర గట్టి, మంగళమాత్రభూష, పలు ధరించి దూర్వ లలకఁ గూర్చి
వ్రతముపేర గర్వోన్నత ముసుఁగు దే, హమున నలుక దీఱినట్లు దోఁచు.

దేవి—(సమీపించి) నాథా! జయము! జయము!

పరి—దేవా! జయము జయము!

విదూ—(దేవింగూర్చి) స్వస్తి భవత్యై.

రాజు—దేవీ! కుశలమా? (చేయిపట్టుకొని కూర్చుండఁబెట్టుచున్నాఁడు.)

ఊర్వ—సఖీ! యీమె దేవిశబ్దమునకుఁ దగియే యున్నదిసుమీ. తేజోధైర్యగాంభీర్యసగసత్త్వాదిగుణములయందుఁ గొంచెమైనను శచీదేవికిఁ దీసిపోక యున్నది.

చిత్ర—సఖీ! యీమాట నీనోట నెట్లు పలుకఁ గలిగితివి?

దేవి—నాథా! దేవరవారు సన్నిహితులయి యుండఁగా, నే నొకవ్రతము చేయవలసియున్నది. కాఁబట్టి ముహూర్తమాత్రము తమరు నాప్రతిబంధమును క్షమింపవలయును.

రాజు—(చిఱునవ్వుతో) చెలికాఁడా! చూడుం. ఇది నాకుఁ బ్రతిబంధమఁట!

విదూ—స్వస్తివాచకునకు నాకుఁగూడ నిట్టి ప్రతిబంధకములు తఱచుగ లభింపవలయును.

రాజు—దేవీ! యిది యేమి వ్రతము?

దేవి—(నిపుణికను జూచుచున్నది.)

చేటి—దేవా! యిది ప్రియప్రసాదనవ్రతము.

విదూ—(వెనుకకు తిరిగి) ఏమీ! పెనిమిటికోపముదీర్చునటా యీవ్రతము? తో షమే దక్కింపకపోయిన నీశ్రమ మక్కఱలేకపోవునే.

రాజు—(దేవినిజూచి)

కం. ఈనోమున బిసకోమల, మైనశరీరంబు మిన్న కలయించెద వో
మానిని! నీవడుగోరెడి, వానికి సేవకున కంతవలయునె చెప్పుమా.

ఊర్వ—(సవిస్మయమందహాసముతో) సఖీ! యీయన కీమెయందు నెంత గౌరవమో చూడుము.

చిత్ర—ఈమె యాకృతి యింతగౌరవమునకుఁ దగియే యున్నదిగదా! ఓసి ముగ్ధ! వేఱొక స్త్రీయందు ననురాగము గలవారయ్యును నాగరికులు భార్యయం దధికముగా దాక్షిణ్యము గలవారే యగుచుందురుసుమీ.

దేవి—(చిఱునవ్వుతో) ప్రాణేశ్వర! దేవర యీవిధముగా మన్నించుట ప్రీతి ప్రభావమునఁ గదా!

విదూ—మిత్రుఁడా! చాలు నింక నూరకుండుము. వ్రతము మానిపి నా వాయనము చెడఁగొట్టకు.

దేవి—బాలికలారా! పూజాద్రవ్యముల నిటు దీసికొని రండు. మేడమీఁదికి వచ్చినయీచంద్రునిపాదముల నర్చించెదను.

పరి—దేవీ! చిత్తము. ఇవిగో! పూజాద్రవ్యములు.

దేవి—తెండు. (గంధకుసుమాదులచేతఁ జంద్రకిరణములఁ బూజించి) చేటీ! చంద్రునకు నివేదించినయీయుండ్రములపళ్లెరమును బూజ్యుఁ డయినవిదూషకున కిమ్ము.

చేటి—దేవీ! చిత్తము. అయ్యా! విదూషక. ఇది నీకే.

విదూ—(పుచ్చుకొని) స్వస్తి భవత్యై. బహుఫల ఉపవాసో భవతు, వ్రతమ్ సుచరిత మస్తు.

దేవి—నాథా! యిటు దయసేయుఁడు.

రాజు—ఇదిగో! వచ్చితిని దేవి!

దేవి—(రాజును బూజించి యంజలి పట్టి) ప్రాణనాథా! మీకుఁ బ్రణమిల్లుచున్నాను. దేవతాదంపతులు రోహిణీహరిణాంకులు సాక్షులు. ఇంతటనుండి దేవరవా

స్త్రీని గామింతువో, యే స్త్రీ నీ సంగమమును గామించునో యామెతోడ నప్రతిబంధముగా ప్రవర్తింతువు గాక.

ఊర్వ—(ఆశ్చర్యముతో) సఖీ! యీమాట యీరాగముగా నెంత కల్పనో తెలియదు గాని, నా హృదయము మిక్కిలి విశ్వాసమును బొందుచున్నది.

చిత్ర—సఖీ! మహానుభావురాలయిన యీ పతివ్రతచేత నీ వనుజ్ఞాత వయితివి. నిరంతరాయముగా నీకుఁ బ్రియసమాగమము గాఁగలదు.

విదూ—(వెనుకతిరిగి) మిత్రుఁడా! మొంచిపేగుల బెస్తవాఁడు చేఁప జాఱిపోయిన పని దుఃఖపడును, నాతఁడు పుణ్యమునాకు ననుకొన్నాఁడంట. దేవి మాటలు యీలాగుననే యున్నవి. (ప్రకాశముగా) దేవీ! నీ విఁక మహారాజునెడలఁ బ్రేమ విడిచి పెట్టుకొంటివా యేమి?

దేవి—ఓయి మూర్ఖుఁడా! నేను నాసుఖమును మానుకొని నాథుని సౌఖ్యమును జూచుచున్నాను. ఈయనయందు నాకుఁ బ్రేమ యున్నదో లేదో దీనినిబట్టి చూచుకొనుము.

రాజు—

క. ఇచ్చుటకు నైన నొరులకుఁ, బుచ్చుకొనుట కైన నీకఁ బోలును దాసున్;
సచ్చరిత! నీవు దలఁచిన, యచ్చున నేఁ గాను జూడుమా నీయెడలన్.

దేవి—కానుండు, కాకుండుఁడు. నేననుష్ఠించుకొన్నట్టి ప్రియప్రసాదనవ్రతము కొనసాగినది. బాలికలారా! రారే పోదము.

రాజు—ప్రియురాలా! నీ విప్పుడు నను విడిచిపెట్టి వెళ్ళితివా, నాయందింకను నీ కనుగ్రహము రానట్లే.

దేవి—నాథా! వ్రతవిఘాతము పుణ్యవిఘాతమును జేయును గదా! (పరిజనముతో నిష్క్రమించుచున్నది.)

ఊర్వ—సఖీ! యీమహారాజు భార్యయం దింత ప్రేమ గలవాఁడని తెలిసియు నా హృదయము నీతనినుండి మరలించుకొనఁ జాలకున్నాను.

చిత్ర—ఓసి బేలా! స్థిరమయిన యాశ గల నీకి యెట్లు మఱలును?

రాజు—(దగ్గఱకు వచ్చి) వయస్యా! దేవి చేయునది కాదుగదా!

విదూ—మిత్రుఁడా! చెప్పఁదలచిన దేమో నిశ్చయముగాఁ జెప్పక వైద్యుఁడు బాగుచేయ లేక వదలివేసినరోగివలె నీవామెచేత విడిచిపెట్టఁబడితివి.

రాజు—ఉర్వశిచేతనా?

ఊర్వ—(తనలో) నే నిప్పుడు ధన్యురాల నయితిని.

రాజు—

ఉ. చాటుననుండి యందియలస ద్దయినఁ జెవిలోన వేయునా,
యాటకు వెన్కవచ్చి కను లైనను జేతులతోడ మూయునా,
నీటుగ మేడమీఁద దిగి నిశ్రేణిచేఁ దనకాళ్ళు దొట్రిలన్
బోటి పెనంగి మఱందఱకుఁ బుచ్చఁగ నుర్వశి నన్ను డాయునా.

చిత్ర—సఖీ! యుర్వశీ! నీ వింకఁ బ్రాగల్భ్యముగా నీయనకోరికను దీర్పుము.

ఊర్వ—(జడుపుతో) నేను గొంచెము పరిహాసము చేసెదను.

(వెనుకనుండి మెల్లగా వచ్చి రాజు కన్నులు మూయుచున్నది.)

చిత్ర—(చెప్ప వల దని విదూషకునకు సంజ్ఞ చేయుచున్నది.)

రాజు—(స్పర్శసుఖమును నిరూపించి) చెలికాఁడా! యీమె నారాయణోరుసంభవ యయినయారంభోరువు గాదుగద!

విదూ—మిత్రుఁడా! నీ వెట్లు తెలిసికొంటివి.

రాజు—వయస్య! యిది తెలిసికొనుట యేమి యశక్యము?

క. వలరాయనికాఁకల మల, మల మఱఁగెడు నాదు మేను మఱియొకచేతం
బులకిత మగునే? కలువను, నెలకరములె గా కలర్చునే రవికరములో?

ఊర్వ—అన్నా! యాశ్చర్యము. వజ్రలేపముచేత నంటించినట్లే నాచేతులు మరలఁ దీసికొనుటకు శక్యము గాకున్నవి. (ముకుళితాక్షియయి కన్నులమీఁదిచేతులు దీసి కొంచెము సేపు జడియుచు నిలువఁబడి మెల్లమెల్లగా సమీపించి) జయముజయము మహారాజ!

రాజు—సుందరీ! కుశలమా? (ఏకాసనమునఁ గూర్చుండఁబెట్టుకొనుచున్నాఁడు)

చిత్ర—ప్రియవయస్యు లయినదేవరవారికి భద్రమా?

రాజు—కల్యాణీ! యిప్పుడు దానిని బొందినవాఁడ నయితిని.

ఊర్వ—సఖీ! చిత్రలేఖా! యీమహారాజును దేవి నాకొసఁగుటచేతఁ జన

లాగున ముందుగా నే నిన్ను గౌఁగిలించుకొంటిని. నన్నుఁ దుందుడుకుదానినిగా నెంచుకొనకుము.

విదూ—మిత్రుఁడా! మీ కిద్దఱకొక్కడనే ప్రొద్దు పోవుచున్నది.

రాజు—(ఊర్వశిని జూచి) సుందరీ!

క. దేవి యొసంగిన పనిచే, యీ విప్పుడు నన్నుఁ గౌఁగిలించినవో, ముం
దేవా రొప్పుఁగ దొంగిలి, నావో డెలుపంగ వలదు నాహృదయంబున్.

చిత్ర—మిత్రమా! యీమె నిరుత్తరురా లయినది. ఇప్పుడు నా దొకమనవి చిత్తగింపవలయును.

రాజు—ఇదిగో! సావధానుఁడను.

చిత్ర—ఓస్వామీ! యీవసంతఋతువు దాఁటఁగానే గ్రీష్మఋతువున నేను భగవానుఁ డయినసూర్యునకుఁ బరిచర్య సేయవలయును. కాఁబట్టి నాప్రియసఖికి మరల స్వర్గముమీఁద మనసు పాఱకుండునట్లు దేవరవారు చేయవలయును.

విదూ—పూజ్యురాలా! యీమెకు స్వర్గములో నేమున్నది? తిననా? త్రాగనా? చేఁపలాగున ఱెప్ప వేయనికన్నులలోఁ జూచు చుండవలయును.

రాజు—కల్యాణీ!

తే. గీ. స్వర్గ మిట్టిది యనరానిసౌఖ్య మొసఁగు, దాని మఱపింప నెవ్వనికైనఁ దరమె?
యొండుపూఁబోణులకు దుర్లభుం డనంగఁ, నగుపురూరవుఁ డీయింతిదాసుఁ డింక.

చిత్ర—దేవా! మహానుగ్రహముగదా! సఖీ! యూర్వశీ! నీకు భయము లేదు. నన్నిఁకఁ బంపుము.

ఊర్వ—(చిత్రలేఖను గౌఁగిలించుకొని సకరుణంబుగా) సఖీ! నన్ను మఱచి పోయెదవు సుమీ!

చిత్ర—(చిఱునవ్వుతో) ప్రియసఖీ! నీవు మహారాజును జేపట్టినావు. కనుక నీలాగున నిన్ను నే ననవలసినది. (రాజునకు నమస్కరించి నిష్క్రమించుచున్నది.)

విదూ—మిత్రుఁడా! నీ వదృష్టవంతుఁడవు. మనోరథసిద్ధియయి వర్ధిల్లుచున్నావు

రాజు—మిత్రుఁడా! యిప్పటినాయభ్యుదయము చూడుము.

తే. గీ. నిఖిలసామంతమకుటమాణిక్యకలిత, పాదపీఠంబు, నేకాతపత్రమయిన
ప్రాజ్యరాజ్యంబు నీయింతిపాదసేవ, సేయునంతటిధన్యత్వ మీయ దయ్యె.

ఊర్వ — దేవరవారితో బదులు పలుకుటకు నాకు వాగ్విభవము చాలదు.

రాజు — (ఊర్వశిహస్తమును బట్టుకొని) ఓహోహో! నాయిష్టార్థము సిద్ధించుట వలన నిష్ఫలములన్నియు విరుద్ధకార్యములు గలుగుచున్నవి.

చ. మునుపటివే హిమాంశుకరముల్, మెయి కిప్పుడు సోఁకు హాయిగా;
ననవిలుకాని ములుకులును నాఁటెడివె ట్రూ, హృదయానుకూల మౌ;
ననయము నాకు బెట్టిదము లైనవి యన్నియు నీవు నన్ను మ
న్నన నిటు లేలుకొన్నకతనం గడుఁ దిన్నని వయ్యెఁ దొయ్యలీ.

ఊర్వ — దేవరకుఁ జిరకాలవిరహతాపము గలిగించి నేను మహాపరాధమును జేసినాను గదా!

రాజు — సుందరీ! యట్లుగాదు —

తే. గీ. ఇల నతిక్లేశమున గడియించుకొన్న, సుఖమె రసవత్తరం బైనసుఖము సుమ్ము
మండువేసంగిలోఁ దారి నెండ బడిన, నరులకే గాదె సుఖ మిచ్చుఁ దరులనీడ.

విదూ — మిత్రుఁడా! యింతవఱకును బ్రదోషరమణీయము లయినచంద్రికిరణములు సేవించితివి, చాలును. ఇంక నిది వాసభవనము చేరవలసినయవసరము గదా!

రాజు — చెలికాఁడా! యట్లయిన నీవయస్యరాలికి మార్గముఁ జూపుము.

విదూ — పూజ్యురాలా! యిట్టిటు.

రాజు — సుందరీ! యింకొక్క కోరిక యున్నది.

ఊర్వ — స్వామీ! యది యేమి?

రాజు —

తే. గీ. మున్ను నాకోర్కి యీడేఱకున్న నాళ్ల, రాత్రి యొక్కొక్క టేనూఱు రాత్రులయ్యెఁ;
నతివ! యిటుమీఁదఁ గూడ నట్లయ్యెనేని, నేఁ గృతార్థుఁడ నౌదుఁగా నిన్నుఁ గూడి.

అందఱు — (నిష్క్రమించుచున్నారు.)

ఇది శ్రీపరమేశ్వరవరప్రసాదలబ్ధసరసకవితాధురంధర వత్సాదిసాధు
వంశక్షీరనీరాకర రాకాసుధాకర రాచనామాత్యపౌత్రహరితస
గోత్ర పవిత్రగుణకదంబలక్ష్మాంబాగర్భశుక్తిముక్తాఫల
నాగపరాజ ప్రధానతనూభవ విబుధవిధేయ సుబ్బ
రాయనామధేయాంధ్రీకృత మగువిక్ర
మోర్వశీయనాటకము తృతీయాం
కము.

శ్రీరస్తు.

శ్రీపరమాత్మనేనమః.

విక్రమోర్వశీయము

చతుర్థాంకము.

(తెరలో సహజన్యాచిత్రలేఖలప్రవేశమును సూచించుగీతిక.)

దినకరుకరములు దగిలి కమలములు విలసిలుకొలనిదరిఁ
దనసఖిఁ బాసి కలఁగుహంసి మెలఁగుఁ గలసి యొకసహచరిఁ.

(చిత్రలేఖయు సహజన్యయు విచారముతోఁ బ్రవేశించుచున్నారు.)

చిత్ర—(రెండడుగులు నడిచి దిక్కులు చూచి)

ద్విపద. ప్రియసఖీదుఃఖంబు పీడించు చుండ । నయనంబు లశ్రుకణములతో నిండ
నలమరుచున్నది హంసీయుగలము।గళము రాల్పడఁ దటాకమున నగ్గలము.

సహజన్య—(చిత్రలేఖను జూచి) సఖీ! చిత్రలేఖా! వసివాడిన తామరపువ్వువలె వన్నెదఱిఁగి యున్న నీమోముచాయ హృదయములోనియస్వస్థతను దెలియఁజేయుచున్నది. నేనును నీతోడిపాటుగ సుఖదుఃఖముల ననుభవింప వలసినదానను గదా! కాఁబట్టి నీ విట్టు లసౌఖ్యతో నుండుటకుఁ గారణ మేమో నాకుఁ జెప్పుము.

చిత్ర—సఖీ! యప్సరసలవంతులవెంబడిని నేను సూర్యభగవానునికిఁ బరిచర్య చేయు చుండి యిప్పుడు నాప్రియసఖి నెడఁ బాసి యున్న సమయములో నీవర్ష ఋతువు వచ్చినందున మిక్కిలి బెంగ పెట్టుకొంటిని.

సహ—సఖీ! నీకును నూర్వశికిని గల యన్యోన్యస్నేహము నాకుఁ దెలిసినదే. తరువాతఁ దరువాత?

చిత్ర—సఖీ! యీదినములయందు నాప్రియసఖివృత్తాంత మెట్టు లుండునో యని దివ్యదృష్టిని ధ్యానించి చూడఁగా మహోపద్రవము గోచరించినది.

సహ—(తొందరపడి) అది యెట్లు?

చిత్ర—(సకరుణముగా) సఖీ! మనయూర్వశి తనయందలియధికానురాగముచేత మంత్రులమీఁద రాజ్యభారము నుంచినయారాజర్షితోఁ గూడఁ గైలాసశిఖరోద్దేశమున గంధమాదనవనమందు విహారము సేయఁ బోయినది.

సహ—(సశ్లాఘముగా) సఖీ! యట్టిప్రదేశములయందలిసంభోగమే సంభోగము. తరువాతఁ జరుపాత.

చిత్ర—సఖీ! తరువాత నక్కడ మందాకినీతీరమున నిసుకతిన్నెలపయిఁ బిచ్చుకగూండ్లను గట్టుకొని యాడుకొనుచున్నయుదయవతి యనువిద్యాధరబాలికను నారాజర్షి క్షణమాత్రము వీక్షించినాఁ డన్నకారణమున నూర్వశికిఁ గోపము వచ్చినది.

సహ—కాఁ దగినదే. అతిశయించినస్నేహమున కట్టిది గిట్టదు గదా! తరువాతఁ జరుపాతో?

చిత్ర—తరువాత నూర్వశి, తా నెన్నివిధముల నారాజర్షి బతిమాలుకొన్నను వినక, నాఁటిగురుశాపమున మూఢాత్మురాలయి దేవతానియమమును మఱచిపోయి, స్త్రీజనము చేరఁ గూడనికుమారవనమున నడుగు వెట్టినది. అడుగు పెట్టినతోడనే యాయడవిలోనితీఁగలలోఁ దాను నొకతీఁగగా మాఱిపోయినది.

సహ—అన్నా! యంతటియనురాగమున కింతటియవస్థ యెంతలో సంప్రాప్తమయినది. సఖీ! దైవమున కెందును దాఁటరానిది లేదు గదా! తరువాత నారాజర్షి యెట్టియవస్థను బొంది యుండునో!

చిత్ర—సఖీ! యటుపిమ్మట నారాజర్షి పిచ్చి యెత్తినవాఁ డయి యాయరణ్యములో నిదిగో! నూర్వశి, యదిగో! నూర్వశి, యని యహోరాత్రి మొక్కటియగాఁ దన ప్రియతమురాలిని వెదకుచుఁ దిరుగులాడుచుండెను. అది యటుండఁగా మీఁదు మిక్కిలి వియోగము లేనివారికిఁ గూడ విరహతాపము గలిగించెడునీవర్షకాలము గూడ సంభవించినది. ఇట్టిగో నటువంటిరమణీయప్రదేశమున నాతని కెట్టి యవస్థము తటస్థించునో నాకుఁ దెలియకున్నది.

(తెరలో)

ద్వి. నెచ్చెలిఁ బాయుట నెయ్యంబు పేరి । వెచ్చనిబాష్పములే వెడల లో నూరి ।
యులమవుచున్నది హంసీయుగళము । గళము రాల్పడఁ దటాకమున నగ్గలము ॥

సహ — సఖీ! వారికి మరల సమాగమోపాయ మేదయినఁ గలదా లేదా?

చిత్ర — సఖీ! గౌరీచరణరాగసంభవ మయినసంగమనీయమణివలనఁ దక్క వేరొక్కట వారికిఁ బునస్సమాగమము గలుగ నేరదు. అది యాతని కెట్లు లభించును.

సహ — సఖీ! విచారింపకు. అటువంటి సులక్షణాకృతులు గలవారలు చిరకాలదుఃఖ మనుభవింపరు సుమీ. ఏదేని యనుగ్రహము నిమిత్తముగాఁ దప్పక సమాగమోపాయము లభించు నని నే నూహించెదను. (తూర్పు చూచి) ఇదిగో! భగవానుఁడగు సూర్యుఁ డుదయింప నున్నాఁడు. మన మాయన నుపాసింపఁ బోవుదము. రమ్ము.

(తెరలో)

గీతిక. కలఁత నొందినమనసుతోడఁ, జెలిమికత్తియ నెలమిఁ జూడ
వెలఁగుచున్నది హంసలలన, గళయఁ బూచినతమ్మికొలన.

ఇద్దఱు — (నిష్క్రమించుచున్నారు.) — ప్రవేశకము —

(తెరలోఁ బురూరవునిప్రవేశము సూచించు గీతిక.)

కరినాథుఁడు గహనము చొరఁబడెఁ దనకరిణిని బాసినతాపమునన్
తరుకిసలయకుసుమవిసరముల నిజతను వలరఁగ నున్మాదమునన్.

[తరువాత నున్మత్తవేషముతో రాజు ప్రవేశించుచున్నాఁడు.]

రాజు — (క్రోధముతో నాకాశమున లక్ష్యముంచి) ఆ! దురాత్మ! రాక్షస! నిలు నిలు. నాప్రియతమురాలిని దీసికొని యెక్కడికిఁ బోయెదవురా! కటకటా! కైలాస శిఖరమునుండి గగనమున కెగసి నామీఁద బాణాస్త్రము గురియించుచున్నావు.

(బెడ్డ చేతఁ బట్టుకొని కొట్టుటకుఁ బరుగెత్తి దిక్కులు చూచి)

ద్వి. శోక ముల్లంబును జాలముతోఁ గాల్పఁ । బైకిఁ గన్నులనుండి బాష్పముల్ పారఁ
గలవానిఁ జూచి యెక్కులు విదుర్చుచును । గొలఁకరాయంచ పొక్కుచు నున్నదకట!

రాజు — (ఆలోచించి) ఓహో! నాచిత్తవిభ్రమము!

చ. తొలుకరినీలమేఘ మిది, క్రొవ్వినిశాటుఁడు గాఁడు; బాణ ను
జ్జ్వాల మగునింద్రచాప మిది, సన్నము దానవుబల్లు గాదు; కే

జలమను సన్నధార లివి, బాణపరంపర గాదు; పైఁడిగీ
టిలఁ దలఁపించు మెఱుం గిది, హృదీశ్వరి యూర్వశి గాదు సూధిగా.

(మూర్ఛిల్లి మరల లేచి నిట్టూర్పు పుచ్చి)

ద్వి. తొలుత నక్కసుఁ డింతి దొంగిలించుటను । దొలఁకాడు మెఱుపులతోడ వర్షించు
నల్లమబ్బును జూచి నాగుండె చెదరె । చెల్లఁబో! మఱలను జెనఁటిపాపఁడు
మెలఁతను జెఱపట్టి మింటికై యెగసి । యలవునఁ గొనిపోవు ననుకొంటి భ్రమసి.

(సుఖముతో నాలోచించి) అట్లు అయిన నాప్రాణనాయిక రంభోరు వెదుఁ బోయి యుండునో గదా!

చ. తనమహిమంబుచే నలిగి దాఁగెనొ, తాఁ దమ వేల యల్గుఁ? జెం
గున దివి కేగెనో యెగసి, కొమ్మకు నాపయిఁ గూర్మి హెచ్చు; నా
మునుముననున్నదానిఁ గొని పోవఁగ లేరు సురాసురు లైన; నం
గన గన రామి కింకిటను గారణ మే మగు నొక్కొ దైవమా.

(నెక్కులు చూచి నిట్టూర్పుపుచ్చి కన్నీళ్ళతో) అన్నా! యదృష్టము దొలఁగినవారి కాపదల మీఁదనే యాపదలు వచ్చుచుండును గదా!

ఆ. వె. ఇపుడు ప్రాప్త మయిన యీప్రియావిరహాగ్ని, నేను సైఁప లేక యిట్టు లుండ
తాపంబు లేమిచేసెఁ జల్లనిదైన, వాసరములు వచ్చె వానకాఁరు.

(మేఘమును జూచి) గీతిక. తెలివి లేనిపోనిపోనలను దశదిశ లలుముని జలదా!
మఱవ కిపుడు నాయాజ్ఞను సంరంభమును మానవలదా?
తిరిగి తిరిగి యీయడవిలోన నా చెలువఁ గంటి నేని
సరగ నపుడు నీవేమి చేసినను సహించుదును గాని.

(ఆలోచించి) వృథాగా నాయనోపేసన ముపేక్షించుచున్నా నేల? "రాజా కాల స్యకారణ" మ్మని మునీంద్రులు పలుకుదురు గదా! నేనే కాలమునకుఁ గారణ మయిన నన్ను బాధించుచున్న యీగ్రీష్మకాలమును నేను నిరాకరింప కుండ నేల? (నవ్వి, "రాజా కాలస్య" మొదలుగాఁ గల వాక్యము మరల ననీ) ఇదిగో! నిరాకరించెదను.

(అంతలో) గీతిక. పరిమళంబునఁ బరవశంబయి భ్రమరనికరము పాడఁగా,
మొరయుచుఁ గోయిలమూఁకతూర్యమ్ముఁ గమ్మలు గూడఁగాఁ,
గరువలిని జలియించుతలిరులఁ గల్పవృక్షము సొంపుగా
మొయిలు జలజల రాల నాడెడు విపినమున మది కింపుగా.

పోనీ. నిరాకరింపను. ఈవర్షకాలచిహ్నములవలన నాకిక్కడ రాజోపచారములు జరుగుచున్నవి. (నవ్వి, పరిమళంబున నను గీతిక మరలఁ జదివి) ఆయుపచారము లెట్లు జరుగుచున్న వనఁగా—

ఉ. బంగరుతామ్రముంగులవన్నెఁగ జరీపరిపలివంమవా,
నంకనపుష్పగుచ్ఛములపిప్పలులే నెలిచామరాలు, వే
సంకి యొనంగుటన్ రుతము సల్పు శిఖండులె నంపు లీగివల్
ముంగిటఁ శైలధార లనుముత్తెపుఁ జేరులు గైముచేరులున్.

అయ్యో! యీ మేఘోపచారములను శ్లాఘించుటవలన నేమిలాభము? ఈయడవిలో మాయమయి పోయిన నాప్రియురాలిని వెదకికొనియెదను. (అంతలో)

గీతిక. రమణీరహితం బురుసుఖితమున్, విరహాతురమున్ బరిమంథమై
కరిరాజము సుమధరరాజిత మా, గిరికాననమునఁ దిరుగుచు వచ్చెన్.

(రెండడుగులు నడచి) అయ్యయ్యో! ప్రాణేశ్వరిని వెదకుచున్న నాకు నీప్రదేశమున విరహానల మధిక మగుచున్నది.

క. అరుణాంచలములు సలిలో, దరములు నయి యలరుచున్న నవపుష్పుల సుం
దరకందళి వలఁపించెడుఁ, దరుణీమణి కినిసి కంటఁ దడి పెట్టుటలన్.

నాప్రియురా లీమార్గమున వెళ్ళినయెడల నా కేమిగుఱుతు లగపడఁగలవు?

తే. గీ. వాన గురిసినయీ మెరుగానలోని; యిసుక నేలను సతి పాద మిడినయేని,
గురునితంబపు మడమలు గూరుకొన్న, యడుగు లగపడుఁ బారాణియానవాళ్ళ.

(నదిఁగాంచి సంతోషముతో) ఆహాహా! యిదిగో! నాప్రియురాలిమార్గముఁ దెలిసికొనుటకుఁ జక్కని సూచనలు గనఁబడుచున్నవి.

చ. చివుళులపుమోవిలత్తుకరసంబు గనం బెడుబొమ్మపైనుపుల్
పాటుపాటురాలు, దాబిలుకపోట్లను బోల్ వెలిపచ్చటట్టెంబు

వ్యోఁటవిడియుత్తరీయ మిది; యీనదిన భిన్నగతిన్ గమించువోఁ

పటుకుపజాతి షడ్డ దిటఁ, దన్వి యీయుంగదు కోపలీపరిణన్.

—పాఠాంతరము.—

తే. గీ. అధరరాగము హరియించునశ్రువారి, సంకితంబు శుకోదరశ్యామ మిది, త

దిందువదనాస్తనాంశుక మిచట జాఱెఁ, గోపమునఁ గల్కి వేగ మేగునపుడె, నిజము.

దీనిని నేను దీసికొనియెదను. (నడిచి యాలోచించి కన్నీటితో) అయ్యో! యిది యామె స్తనాంశుకము గాదు- అగ్ద్రిపురుగులచేత వ్యాప్త మయి నసనసలాడుచున్న పచ్చిక పట్టు. కటకటా! యీనిర్జనవనమందు నాప్రియురాలిమార్గము నే నేలాగునఁ దెలిసికొందును? (చూచి) కానీ. ఇప్పుడు మోదిన పెద్దవానకుఁ గరఁగిపోయిన శైలేయము వ్యాపించినఱాతిబండపయి నెక్కి—

తే. గీ. విప్పుపింఛ వెండురు వీచుగాలిని నాడ, మెడను నిడుపుగాను మీఁది కెత్తి

కేకి నల్లమబ్బుఁ గేకారవంబుతోఁ, జూచుచున్న దంతో సుందరముగ.

దీని నడిగి నాప్రియురాలివృత్తాంతము దెలిసికొనియెదను.

గీతిక. వెనుకటిచందము మాటి, తనసుందరిఁ గనఁ గోరి

వనగజ మబ్బురపడుచును, వనమున వడివడి నడుచును.

(మరల) గీతిక. నిను వేఁడెద బర్హిణరాజమ! యీవనమునఁ గ్రుమ్మరుచోఁ

గనినయెడల నాప్రియురాలిని కృప గలిగి తెలియఁబలుకుమా

అంచనడలు నెఱచందమామ నిందించుమోము గలది

యెంచుకొనుమి యీచిన్నెలవలన గ్రహింపఁదగును వెలఁది.

(మోకరిల్లి యంజలి పట్టి)

పంచ. మయూరవంశమండనాయమాన! సుందరాంగ! నా

పయోజవేణి గానఁబడ్డఁ బత్తుమందుఁ గానలోఁ

బ్రియావియోగవహ్నిచేఁ దపించున న్నరయో! భవ

ద్దియామయోక్తి శీతలామృతంపుజల్లి ముంచవే.

ఏమిది? నాకుఁ బ్రత్యుత్తర మీయక నృత్యము సేయుచున్నది! దీనికి సంతోష కారణ మేమి యయి యుండును? (ఆలోచించి)

చ. అనున గ్రహించినాఁడఁ బ్రియురాలు గనంబడ కుంటఁ జేసియే
పగ దెగె నంచు నిప్పు డిది బాగుగఁ దాఁ బురివిచ్చి యాడెడున్;
విగళితబంధమై రతిని విజ్జినపువ్వులతోడియామెకొ
ప్పగపడెనేనిఁ గోరి యొకరైనను గాంతురె దీనిపింఛమున్.

ఛీ! యితరులదుఃఖమునకు సంతసించుచున్నదీని నింక నడుగ రాదు. (నడిచి) ఇదిగో! గ్రీష్మఋతువు గడచిపోవుటచేత మదాలస యయి నేరేడుచెట్టుమీఁదఁ గూరుచున్న దాఁడుఁగోయిల; ఇది పక్షిజాతిలోఁ బండితురాలు; దీని నడిగెదను.

గీతిక. విద్యాధరకాననమున వెదకుచు దీనాననమున
మాద్యత్కరినాథుఁడు తనమది వేదనమీఱుకతనఁ
బొంగెడుబాష్పజలంబులఁ బొరల కుండ నయనంబుల
మ్రింగికొనుచు నడుచుఁ గదా నింగిఁ గొలుచుపొడుగునఁ దా.

(మరల) గీతిక. పరభృతికా! మధురవాణి! నీ వీ వరకాననమందుఁ
దిరిగెడునాతరుణిని జూచినయెడఁ దెలుప వేఁడుకొందు.

(నృత్యముచేయుచుఁ జేరఁ బోయి మోకాళ్ళూని) ఓకలకంఠి!

చ. విరహులపాలి కీవు వెడవిల్తునిదూతిక వందురు; మానసం
హరణమునం దమోఘ మగునస్త్రమవే; యటుగాన నిన్ను నో
పరభృతి! వేఁడుకొందుఁ; గలభాషిణి నాప్రియ నిందుఁ దోడితే;
మరియటు సేయవేని, నను మానినియొద్దకునైనఁ గొంచుఁ బో.

(కొంచె మెడమకునడచి యాకాశమున) పూజ్యురాలా! యేమనియెదవు? ఇంత యనురాగము గలన న్నెందుల కెడఁబాసినదా? ఆలకింపుము.

ఆ. వె. కోపకారణంబు లోపను లెప్పుడు నేఁ, జేసి యుండ; నైనఁ జేడె యలిగె;
మగలమీఁదఁ గలుగుమగువలయధికార, మేల నేరముల నపేక్ష సేయు?

(తొందరగా సమీపించి మోఁకాళ్ళూని, కోపకారణం బనుపద్యము మరలఁ జదివి వీక్షించి) ఏమీ! యిది ప్రస్తుతకథను మాని తనపనినే చూచుకొనుచున్నది. బాగు!

చ. అలమట వేఁడుకొనుపరిచయంబు గణింపక దుర్మదాంధయై
లలితపునేరెడుఫలంబును మోవిని బోలె నొక్కి, తా

నెలమిని గోరిలుచున్నయది యాపికభామిని; యొండ్లదుఃఖ మ
గ్గలమును శీతలం బనుచుఁ గా వచియింతురు; సత్యమేఁ సుమీ.

ఓసీ! యిట్లు చేయుచున్నను నాప్రియురాలియెలుఁగువంటికంఠస్వరము గలదాన వని నీమీఁద నా కేమియుఁ గోపము రాకున్నది. నీవు సుఖముండుము. (నడచి చెవి యొగ్గి) ఓహో! దక్షిణదిక్కున నాప్రియురాలి నడుచుచున్నట్టు లందెలచప్పుడు వినవచ్చుచున్నది. అక్కడకుఁ బోయెదను.

(అంతలో)

ద్వి. ఉడుగ కళంక్రికణంబు లోలకు నేత్రములు, నడలునఁ దడఁబడుసట్టి సెన్నడలు,
నురుతాపభరమునఁ నుడుకు నెవేర్మను, దరము పై లేచినఁ దలఁకు పైగ్యంబు
నయి కరీంద్రుఁ డరణ్యమందుఁ గ్రుమ్మరెడుఁ, బ్రియతమావిరహాంపీడితుఁ డగుచు.
(నడచిచూచి దుఃఖముతో) అయ్యో! యెంతకష్టము!

ఆ. వె. ఆకసమునఁ బన్నినట్టిమబ్బులవల్ల, నల్లనైనదిక్కు లెల్లఁ జూచి
వేగ మానసమున కేగు రాయంచల, రవము గాని యందెరవళి గాదు.

కానీ. మానససరస్సునందు వేడుక గలమరాళము లీకొలననుండి యెగిరిపోక మునుపే దీనిని నాప్రియురాలివృత్తాంత మడిగెదను. (సమీపించి మోఁకాళ్ళూని) ఓహంసా! జలవిహంగరాజ!

చ. రయమున నీవు మానససరస్సున కావలఁ బోదు గాని, నీ
పయనము కించుఁ జంచువునఁ బట్టినబత్తెపుఁ దమ్మితూఁడు వెర
డియముఁ గొన వచ్చుఁ గాని, తరుణీమణివార్తను దెల్పి కావుమీ
దయఁ, బరకార్య మెక్కుడు గదా నిజకార్యముకన్న వేత్తకున్.

(అడ్డముగాఁ జూచి) ఇది నా కభిముఖ మయి చూచుట విచారింపఁగా, మానసోత్సుకము నయిన నేను నీప్రియురాలిని జూడ లే దనుటగాఁ దోఁచుచున్నది. (అంతలో)

ద్వి. అందమా యోరి! నీ కంచలరాయ! మందయానము దాఁచి మాయము సేయ?

(నృత్యముచేయుచు)

క. ఈతమ్మికొలనిదరి నా, శాతోదరి జూడకున్న సకలంబును నీ
వేతీరున దొంగిలితివి, రా తరుణీగమనలీల, రాజమరాళా,

ద్వి. ఆననఁబోణియొయ్యారంపునడల, నే ననుమానంబు చిక్కె నీయెడల.

(సమీపించి యంజలిపట్టి)

ఆ. వె. నాచెలందినడలు నీవు దొంగిలితివి, గాన హంస! మరవయాన నిమ్ము.
దొడ్డవోయినట్టి పెద్దసొత్తున నించు, కంత దొరకుచోటు నంత గొనరె?

గీతిక. తెలుపనడలు నీ కెవరు నేరిపిరి తెలుపుము రాజమరాళా!
యెఱిఁగింపుము నీ వింతిఁ జూచితే నే హర్షింతును జాల.

(నవ్వి) ఓహో! యీరాజు దొంగలను శిక్షించు నని వెఱచి యీహంస యెగిరి పోయినది. పోనీ! మఱి యొకచోటికిఁ బోయెదను. (నడచి చూచి) ఇదిగో! దన ప్రియురాలితో నక్కడ నొకజక్కవపులుఁగు గనఁబడుచున్నది. దానియొద్దకుఁ బోయెదను. (అంతలో)

గీతిక. మర్మరరణితమనోహరమై, మసృణసుమకిసలభాసురమై
పేర్మి గన్న కాననమునను, ప్రియఁ బాసి కరీంద్రుఁడు చనును.

(మరల) గీతిక. గోరోచనాకుంకుమారుణాకార! చక్రవాక!
సారసాక్షిఁ జూచితివా మధువాసరమున నిట రాక,

(సమీపించి మోకాళ్ళూని)

ఆ. వె. ఓ రథాంగనామ! నే రథాంగశ్రోణి, బింబఁ బాసి పరితపించు రథిని,
మొలక లెత్తుచున్నపలుమనోరథముల, తోడ నడుగుచుంటిఁ జేడెవార్త.

ఏమీ! యీజక్కవ "కఁక" యనుచున్నది. నే నెవఁడనో యెఱుంగదు కాఁబోలు; కానీ. తెలిపెదను. ఓచక్రవాకనాయకా!

ఆ. వె. మాకు భాస్కరుండు మాతామహుండు సు, ధాకరుండు మాపితామహుండు
నుర్వి యూర్వశి యనునిర్వురు స్వయముగాఁ, గోర్కెతో వరించుకొన్నపతిని.

ఏమి! యూరకున్నది. కానీ. దీనిని నిందించెదను. (మోఁకాళ్ళూని) ఓజక్కవా! తనవలెనే యెదుటివారు నని తలంచి ప్రవర్తించుట యుక్తము గదా! చూడు.

చ. సరసునఁ దామరాకొకటి చాటయినంతనె చక్రవాకమా!
దురపిలుచుంటి వీవు కడుదూరము వోయెను వెంటి యంచు: నీ
కెఱయఁగ నంతభీతి ప్రియురాలిని బాయుట యన్నఁ నయ్యయో!
విరహిని నేను నా చెలిప్రవృత్తిని వేఁడఁగ నూరకుందువే?

(కూరుచుండి) సర్వథా యిది మదుగదృష్టపరిభావము. కానీ! మఱి యొకని నడిగెదను. (నడిచి చూచి) ఇదిగో!

క. మొనపంట మోవి నేఁ జూఱు, కసన నొక్కఁగ సీత్కరించుకొమ్మ మొగములీ
లను, లోపలఁ దుమ్మెద ఝు, మ్మనునీవిరివిమ్మి నన్ను నరికట్టు నిటన్.

కానీ. ఈతామరపూవునందు సధివసించి యున్నతుమ్మెదను ప్రార్థించెదను. లేకున్న నీవిచార మొకటి నన్ను బాధించుచుండును.

(అంతలో) ద్వి. ఎలమితో డుతఁ గామ మెద వృద్ధి గాంచ,
గొలనఁ గ్రీడించును గోదమరాయంచ.

(చేరి యంజలిపట్టి) ఆ. వె. తుమ్మెదా! తెల్పవే ముద్దుగుమ్మవార్త;
(ఆలోచించి) చూడలేదేమొ నీవు నాసుదతి మోము;
నా మెనిశ్వాససౌరభ మబ్బెనేని
నీకు మన సౌనె యీపుండరీకమందు?

(నడిచి చూచి) ఇదిగో! నీకడిమిమ్రానిబోదపయి హస్తముంచి తనకరేణువుతో గరినాథుఁడు నిలిచియున్నాఁడు. ఇతనియొద్దకుఁ బోయెదను.

గీతిక. కరణీవిరహానలబాధితమై, కానఁ దిరుగు మదకరి యుద్ధతమై.
(మరలఁ జూచి) అయిన నిప్పు డీతని నడుగఁ బోవుటకు సమయము గాదు.

ఇదిగో!

ఆ. వె. కల్లువాసన గలపాలు గాఱుచుండఁ, జేతఁ దెమలించి యందుగుఁజిగురుఁగొమ్మ
సరసముగ బోటి యందీయఁ గరిప్రభుండు, మించువేడుకతో నారగించు చుండె.

(క్షణ ముండి) ఇదిగో! నీతనిభోజన మయినది. ఇంక సమీపమునకుఁ బోయి యడిగెదను. (అంతలో)

గీతిక. కుంజరేంద్ర! నిన్నడుగు చుంటి నాకొమ్మవార్తఁ దెలుపు
మంజువాణి, మోహనాంగి చందురుమామ గెలుచుమోము గలది సుందరి. కుంజ

(సమీపించి)

ఆ. వె. ఓయియూథనాథ! యూథికాశబలకై, శ్యంబుదాని, నీకరంబుఁ బోలు
నట్టితొడలదాని, యౌవనవతిని నాసుదతి నెచట నేనిఁ జూచితయ్య?

(సంతోషముతో నాలకించి) ఓహోహో! నాకుఁ బ్రియాలాభసూచకమగు ఘీంకారముచేత నూఱడిల్లుచున్నాను. మఱియు సమానధర్మములనుబట్టి నీయందు నాకెంతో ప్రీతి గలుగుచున్నది.

ఉ. ఏనిలఁ గుంభినీపతుల కీశుఁడ, నీవును నట్టివాఁడవే;
మానితదానసంపద సమానమె యిర్వురియందు; నాకు స
న్మానినిమేలందు నుర్వశియు మందల నీవశ నీకుఁ బ్రేయసుల్;
వీనికిఁ బోఁడు నావిరహవేదన నీకు లభింప కుండుతన్.

పాఠాంతరము.

మ. నను ధాత్రీశ్వరనాథుఁ డందురు, కరీణ్ణాథుండవీ వృత్కటం
బు నవిచ్ఛిన్నము నీకు దాన మది యుర్విన్ నాకు దీనాళి; మం
దను నీ కీవళ, నాకు నూర్వశి వరస్త్రీరత్నంబునం, జాయ లీ
వేన వత్త్సన్నిట నైన గాసిలకుమీ యీదృగ్వియోగవ్యథన్.

ఓయి కరిరాజా! నీవు సుఖముండుము. నేను బోయెదను. (నడచి చూచి) ఓహో! యిది డునుంపగ మయిన సురభికందర మనుపర్వతము. అప్సరసలకు రమణీయవస్తువులయందు ..హు ప్రేమ గదా! ఒకవేళ నాప్రియురాలు దీనియుపత్యకయందుఁ గానఁబడు నేమో! (నడచిచూచి) అయ్యో! గాఢాంధకారబంధురమే! కాని, మెఱుపువెలుతురునఁ జూచెదను. ..న్నన్నా! నాపాపము పండి మేఘము గూడ మెఱుఁగు లేని దగుచున్నది. ఎట్లయిన దీని నడుగక మరలను. (అంతలో)

గీతిక. ఖురఖురదారితధారణిస్థమై నిజ, కార్యపరైకవిచారణమై
తిరుగు వరాహము దీనంబై భీ, కరగహనంబున లీనంబై

తే. గీ. ఇంచుకైన నడుమ నెవో మన్నదే లేని, కుచయుగంబు గలుగుగురునితంబ
పంచబర్గుస కనికట్టై ననీవనాం, తరము చొచ్చెనయ్య నగకులేంద్ర?

ఏమిది! యూరకున్నాఁడు. దూర మగుట వినఁబడ లేదేమో! చేరువకుఁ బోయి మరల నడిగెదను. (అంతలో)

గీతిక. స్ఫటికశిలాతలనిర్మలనిర్ఝర! బహువిధనుగభీరసుమకృత శేఖర!
పటుతరకిన్నరగీతమనోహర! భవమాణికఁ జూపుము ధరణీధర.

(సమీపించి యంజలిపట్టి)

ఆ. వె. సర్వభూధరేశ! సర్వాంగసుందరి, రమ్య మైనయీయరణ్యమందుఁ
గానఁబడినదయ్య కలికి నా కెడఁబాసి, యేకతంబ సంచరించు చుండి?

(అదే ప్రతిధ్వని విని సంతోషముతో) ఏమిది! "కానఁబడినదయ్య" యని స్పష్టముగాఁ జూచినట్లు చెప్పుచున్నాఁడు. కాన. ఇంకొకసారి యడిగెదను. అయ్యో! యేమయిన దామె? (మరల నామాటనే విని) ఏమిది! మరల నే నన్నట్టే వినఁబడుచున్నది. (దిక్కులు చూచి దుఃఖముతో) అయ్యయ్యో! యివి నామాటలే. గుహాముఖమున మాఱుమెలఁగుచున్నవి. (కూర్చుండి లేచి కూయుచుండి విషాదముతో) అబ్బబ్బ! నాప్రాణమే బహుదుఃఖపడుచున్నది! కొంచెము నే నీకొండవాఁగుదరిని గూర్చుండి తరంగములమీఁద నుండి వచ్చుచల్లగాలి ననుభవించెదను. (ఎదుట చూచి) ఓహో! క్రొత్తనీటిచేతఁ గలక నొంది పాఱుచున్నయీయేఱు చూచుటచేత నాకానందము గలుగుచున్నది, ఏమనఁగా—

చ. అల లివి భ్రూవిలాసము లహో! కలఁగుపులుంగుఁజాలు గం
టలమొలనూలు, నైఁగి సివం దరిఁ జేర్చెడునుర్వు జాఱఁగా
లలి సనరించుచేల, కుటిలంపునడల్ మఱి తొట్రుఁబల్కులుం
గల పటుగానఁ గోపమునఁ గామిని యీనది యయ్యె రూఢిగా.

కాన. దీనిని బతిమాలుకొని ప్రసన్నురాలిని జేసెదను.

గీతిక. అలుక యేటికే సుందరీ! ఝరీ! కలఁకఁ బొంద రాదే?
కలికిమిన్నా! నే నలికి నీపద కంజములకు మ్రొక్కెదఁగదే ||అలు||
చలితదీనవిహంగమకులా! లలితఝంకృతి భృంగసంకులా!
కలితజాహ్నవీతీరతత్పర కమనీయకురంగభాసురా ||అలు||

(మరల)

గీతిక. జలధివిభుఁడు సలలితముగ నృత్యము సలుపఁ దొడఁగె మిగులఁ
దొలుకరిజలదములు మద్దెలములు తోయఘట్టనలు హస్తశాఖములు
తూర్పుగాలి రాగ మెసఁగ నలలనుచేతులను జాఁచి, మురువు
గూర్పఁ జక్రవాకాళిశంఖసంఘము కమనీయాభరణముగా నొప్పారఁ ||జల||

(మోఁకాళ్లూని యంజలిపట్టి)

ఉ. మానిని! నీయెడన్ మిగుల మక్కువ గల్గినవాని, నించుకం
తైనను నప్రియంబు చెప్పుడు నాడనివానిని, నీదుచెల్మికిన్
బూని ఘటిల్లు నన్నతలఁ పైన సహింపక కుందువాని, నే
దే నపరాధలేశ మెన నెంచక దాసుని నన్నుఁ బాసితే?

ఏమిది! యూరకున్నది! అయిన నిది యూర్వశి గాదు; నిజముగా నదియే. ఊర్వశియే యయినయెడలఁ బురూరవసుని న న్నిట్టు లడవిపాలు చేసి తాను స్వేచ్ఛను ఘముదాభిసారిణి యగునా? కాని. ధైర్యముచేసే మేలు చేకూరును. ఇంక నిక్కడ లేచి నాప్రియురాలు మాయ మయినచోటికే పోయెదను. (నడచిచూచి) ఇదిగో! నీ కూరుచున్న సారంగమును గూడ నాప్రియురాలి వృత్తాంతము నడిగెదను.

గీతిక. మదకలకోకిలకూజితమధుకర మంజులఝుంకారాతిమనోహర
త్రిదశాధిపనందనవనమందునఁ దేనె చిందుపూగుత్తులపొందునఁ
బొదలునశోకానోకభూజముపొంతను బొలఁతిమిన్న నెడఁబాసినచింతను-
మునిఁ బొగులుచు నైరావతే మనియెడు మదమాతంగం బిదె కుమ్మరియెడు॥మదక॥

(నృత్యము చేసి మోఁకాళ్లూని)

తే. గీ. ఘనకాయుఁ జూడ వాంఛించువనలక్ష్మి, భ్రూలతాకటాక్షపాత మనఁగ,
నీలచిత్రవర్ణనీయకాయంబున, రంగు మీఱు నీకురంగ మార!

ఏమిది! న న్నవమానించుదానివలె నీయిఱ్ఱి మొగ మటు దిప్పుకొన్నది! ఓహో యటుగాదు.

ఆ. వె. తన్నుఁ జేర రాఁగ దారిఁ బాల్గునుదమ, వెంటఁ బడినచిన్ని దంటి నిను వుఁ
బులిమి పుచ్చ లేక నిలుచున్నమృగిపంక, మెడను బెడ మరల్చి మృగము సూచు.

ద్వి. కటిభాగమును మందగమనంబు దాని, బటు స్తనయుగగుబ్బహారంబులదాని
పలుకింపునిండుజస్వర మున్నదానిఁ, బలుచనితనువల్లి భాసిల్లుదానిఁ
గలహంసలను నడకల దిగ్గుదాని, సులలితం బగులేడిచూపులదాని
నీకానకం బడవిలో నేగనుదాని, లోకసుందరిని నాలోకించితేని
తెలుపుమా! యావెల్పుటపుఁ జూపింపు, విరహాబ్ధినుండి న న్వేగ నుద్ధరింపు.

(సమీపించి యంజలిపట్టి) ఓయీ నాగయూథనాథ!

ఆ. వె. మాఁచినావటయ్య సుదతిని గానలో, నాలకింపు మానవాలు సతికిఁ;
బెద్దకనులతోడఁ జేరిమ నీప్రియురాలు, చూచునట్లె చూచు సుందరియును.

ఏమిది! నామాట వినిపించుకోక తనపనితనే చూచుచున్నది. అవురా! యవస్థ తప్పినప్పు డవమానమే ఘటిల్లించును గదా! కాని. మఱియొకచోటికిఁ బోయెదను. (నడచిచూచి) ఇదిగో! నా మేమార్గమున కానవాలు.

ఉ. ఆసుమగాత్రి నేను గనినప్పటిరక్తకదంబకం బిదే;
వేసఁగిపోక చెల్వునరవిచ్చినకేసరపాళి నెచ్చుత
గ్గాసమయంబు నందె ప్రియురాలు పదాంగుళి నిల్చి దీనిపు
వ్వాసను గోసి యొక్కటి శిఖాభరణంబునుగా ధరించెఁగా.

ఓహో! యీజాలయిఱుకునఁ గట్టెబ్బనయి కానఁబడుచున్నది, ఇది యేమి యయి యుండును ?

ఉ. సింగము గోళ్ల నేనుఁగును జెండినమాంసపుముక్క గాదుగా?
యింగలపుంగణంబొ! యిది యెట్లు వనంబున వాన మోదనే!
మంగళరక్తసంజుళసుమస్తబకారుణరత్న మిద్ది; దీ
నిం గొనుభంగిఁ జేతులను నీరజమిత్రుఁడు సాఁచు దీనిపై.

ఓహో! యిది నామనస్సును హరించుచున్నది. దీనిని బుచ్చుకొనియెదను. (అంతలో)

గీతిక. ప్రణయినీబద్ధాశార్ద్రిత మై బాష్పకలలోచనయుత మై
వనమునఁ జను మనకరి పగల పదనము వసివాఁడఁగ మిగుల?
(పుచ్చుకొని తనలో) దీన నేమిలాభము ?

క. మందారకుసుమవాసన, నందం బగుమగువసిగకు నర్హం బిది; యా
య్యిందుముఖి యిపుడు దుర్లభ; యెందుకుఁ గన్నీళ్ల దీని నేఁ దడుపవలెన్?
(వదలిపెట్టుచున్నాఁడు.) (తెరలో) వత్సా! పుచ్చుకో పుచ్చుకో.

క. విను మిది సంగమనీయం, బనుమతనము; పార్వతీపదాంబుజరాగం
బున స్తంభవించినది; యిది, గొని తాల్చినఁ బాయువారిఁ గూర్చును సరగన్.

రాజు—(పైకిఁజూచి) ఇట్లు న న్నాజ్ఞాపించువా రెవరో! (దిక్కులుచూచి)

ఓహో! పార్వతీపతి నన్ననుగ్రహించుచున్నాఁడు. దేవా! మహాప్రసాదము (మణిని బుచ్చుకొని) ఓహో! సంగమనీయమా!

క. వనమున నెడఁ బాసినదా, తనుమధ్యను నన్నుఁ గూర్చుదానవ యేనిన్
నిను నేను మౌళిఁ దాల్చెదఁ, దనతల లేనెలను శివుఁడు దాల్చినలీలన్.

(నడచి చూచి) ఓహో! యేమిది! పువ్వులు లేకున్నను నీమల్లెతీఁగను జూచుట వలన నాకు మహానురాగము పొడముచున్నది. అయిన నిది నాకు మనోహర మగుట యుక్తమే, ఏమనఁగా నీలేఁదీఁగ—

ఉ. వానను నానుతేఁజిగురు బాష్పజలంబునఁ దోఁగు మోవిగా,
స్వానుగుణర్తుహీనత లతాంతము లన్నగల్ దొఱంగి, యిం
పౌనళిపాట లేమి వగ నయ్యెడ మౌనముఁ దెల్ప, నంఘ్రి లేఁ
బూనినఁ ద్రోచి వెన్క వెతఁ బొందెడుకోపనవోలెఁ దోఁచెడున్.

నాప్రియురాలిని బోలుచున్నయీతీఁగను నే నాలింగనపూర్వకముగా గారవించెదను.

ద్వి. ఓలతకూన! న న్నొకమాఱు గనుము, వ్రీలినగుండెతో వెత నొందు చుంటి;
విధియోగమున నేను విరిఁబోఁడిఁ గనిన, నధికంబుగా నింక నడవిలోఁ దిరుగ;
నది గాక నాకుఁ బ్రాణాంతకమైన, నువతి నెప్పుడు దేను జుమ్మి యిచ్చటికి.

(సమీపించి లతను గౌఁగిలించుకొనుచున్నాఁడు. తరువాతఁ దదీయస్థాన
మాక్రమించి యుర్వశి ప్రవేశించుచున్నది.)

రాజు—(కన్నులు మూసికొని స్పర్శసుఖము నిరూపించి) ఆహాహా! యుర్వశీ శరీరము సోఁకినట్లే నాశరీరము హాయి నొందుచున్నది. అయిన నా మెయే యనునమ్మకము మాత్రము నాకు లేదు.

సుగంధి. మించుబోణి యందు నాస మీఱ ముందు నే సమ
ర్థించుమతీఁగ మాటి పోయె నింతలోనె కాన నా
చంచలాక్షియే యటంచు స్పర్శవృష్టి నిప్డు భా
వించు నేను వేగిరించి విప్పరాదు కన్నులన్.

(క్షణ ముండి మెల్ల మెల్లగాఁ గన్నులు దెఱచి) ఏమిది! నిజముగాఁ బ్రియురాలే. (మూర్ఛిల్లుచున్నాఁడు.)

రాజు—(తెలివినిబొంది) ప్రియురాలా! యిప్పుడుగదా బ్రతికితిని.

ఆ. వె. కోపశీలురాల! కోమలి! త్వద్విర, హాంధకారమందు నడఁగునేను
బుణ్యమునను మరలఁ బొందఁగాంచితి నిన్నుఁ, జేతనను మృతుండు చెందునట్లు.

ఊర్వ—దేవా! నన్ను నావేళఁ గోపపుఁగోప మావేశించి యట్లు గొనిపోవుటచేత దేవరవారి కింత యాయాసము సంభవించినది. స్వామీ! క్షమియింపుఁడు.

రాజు—ప్రియురాలా! నీవు నాకిప్పు డలుక దీర్ప నక్కఱలేదు. నిన్నుఁజూచి నంతమాత్రముచేతనే బాహ్యేంద్రియములతోఁగూడ నాయంతరాత్మ ప్రసన్నమయినది. న న్నెడఁబాసి యింతకాలము నీ వెట్టు లుండఁ గలిగితివో చెప్పుము.

గీతిక. మయూరపికమరాళరథాంగముల్, మధుకరకరిగిరిసరిత్కురంగముల్
ప్రియురాల! నీమూలమున వేఁడఁబడెఁజాల, భీకరాటవి నుమ్మలికఁ గ్రుమ్మరెడువేళ

ఊర్వ—దేవా! నే నవశేంద్రియురాల నయి యేమియుఁ జేయలేకపోయితిని గాని, దేవరవారివృత్తాంత మంతయు నాయంతఃకరణమునకుఁ బ్రత్యక్ష మగుచునే యుండెను.

రాజు—సుందరీ! "యవశేంద్రియురాలనయి" యను నీమాటభావ మేమో నాకుఁ దెలియకున్నది.

ఊర్వ—దేవా! చిత్తగింపుము. పూర్వము మహానుభావుఁడు కుమారస్వామి శాశ్వత మయినకుమారవ్రతము నవలంబించి గంధమాదనవనమునందలి యకలుష మనుకచ్ఛము నందుఁ బ్రవేశించి యుండి యచ్చోట నొక నియమము చేసెను.

రాజు—సుందరీ! యేమని?

ఊర్వ—ఆవనమున నేవనిత ప్రవేశించునో యది తీవియగా మాఱిపోవు ననియు, గౌరీచరణారాగసంభవ మయినసంగమనీయమణివలనఁ దక్క వేఱొక్కటి విమోచనము గలుగ దనియు. ఆదేవతానియమముమాట నేను గురుశాపవశమున మూఢాత్మురాల నయి మఱచిపోయి, వనితాజనపరిహరణీయ మయినకుమారవనము ప్రవేశించితిని. ప్రవేశించిన తోడనే నారూప మాకాననోపాంతమున లతాకారముఁ బరిణమించినది.

రాజు—ప్రియురాలా! యిది యంతయు సత్యమే.

తే. గీ. అలరువిలుకానిపనుల నే నలసి సొలసి, ప్రక్క నిదురించు చుండఁ, బ్రవాసగతుని
గాఁ దలంచెడుదాన వోకలికిమిన్న! యీచిరవియోగ మెట్లు సహించినావొ.

సుందరీ! యిదిగో! నీవు చెప్పినట్లే భగవదీయపునస్సంగమకారణ మయినదీనిని నే నీశ్వరానుగ్రహమునఁ బొందితిని, (మణి చూపుచున్నాఁడు.)

ఊర్వ—ఏమీ! యాశ్చర్యము! ఇది సంగమనీయరత్నమా! అందుచేతనే గదా యీమహారాజు కౌఁగిలించుకొన్నంతమాత్రముచేత లతాభావమును విడిచి ప్రకృతిరూపమును బొందినాను. (నుదురు సోఁక మణికి మ్రొక్కుచున్నది)

రాజు—సుందరీ! నీవు క్షణమాత్ర మాలాగుననే యుండుము,

ఆ. వె. ముదిత! నీవు మణికి నుదురు సోఁకఁగ మ్రొక్క, నందుచేత దీనియరుణకాంతి
పర్వి, నీముఖంబు బాలసూర్యాతప, రక్తకమలసుందరత వహించె.

ఊర్వ—మహారాజా! దేవర పురము వెడలి వచ్చి పెద్దకాల మయినది గదా! ప్రకృతివర్గమునకు నాయెడల నసూయ పుట్టును. కాఁబట్టి మన మింకఁ బట్టణమునకుఁ బోవుదము.

రాజు—సుందరీ! నీయిష్టము.

ఊర్వ—దేవా! దేవరవా రిప్పు డేమార్గమున రాజధానికిఁ బోఁదలయు నని యభిలషించుచున్నారు?

రాజు—సుందరీ!

పంచ. అమేయకాంతిహృద్యవిద్యుదాళిపతాకమై
సమిద్ధమిశ్రవర్ణశక్రచాపచిత్రరూపమై
విమాన మట్టు లొప్పునీనవీననీరదంబుపై
గమింపఁ గోరుచుంటి నాదుకౌతుకంబు దీర్పవే.

గీతిక. ఎడఁబాసినసహచరిని గలసి మే నెలమిఁ బులకరింప
వెడలె రాజహంస విమానముపయి స్వేచ్ఛను విహరింప.

(అందఱు నిష్క్రమించుచున్నారు.)

ఇది శ్రీపరమేశ్వరవరప్రసాదలబ్ధసరసకవితాధురంధర వడ్డాదిసాధు
వంశక్షీరనీరాకరరాకాసుధాకర రాచ్చనామాత్యపౌత్రహరితస
గోత్రపవిత్రగుణకదంబలక్ష్మాంబాగర్భశుక్తిముక్తాఫల
సూరపరాజప్రధానతనూభవ విబుధవిధేయ సుబ్బ
రాయనామధేయాంధ్రీకృత మగువిక్ర
మోర్వశీయనాటకము చతుర్థాం
కము.

శ్రీరస్తు.

శ్రీపరమాత్మనే నమః.

విక్రమోర్వశీయము

పంచమాంకము

[తెరువాత సంతోషముతో విదూషకుఁడు ప్రవేశించుచున్నాఁడు.]

విదూ.—ఓహో! యదృష్టవశమునఁ జిరకాలమునకు నాప్రియమిత్రుఁడు తనప్రియురా లయినయూర్వశితోఁ గూడ నందనవనము మొదలయినదేవతారణ్యములయందు విహరించి మరల వచ్చినాఁడు. ఇప్పుడు స్వకార్యానుశాసనమునఁ బ్రకృతిజనులను సంతోషపెట్టుచు రాజ్యము చేయుచున్నాఁడు గదా! ఇతనికిసంతానము లేదన్న దొక్కటియే గాని యింక నేమిలోపము? నేఁడు పర్వదినమని దేవీజనముతోఁ గూడ గంగాయమునా సంగమమున స్నానము చేసి, యిప్పుడే డేరాలోనికి వచ్చినాఁడు ఇది యతఁ డలంకరించుకొనుసమయము గావున, నేను గూడ మంచిగంధము, పుష్పాలదండలు మొదలగు నవి గ్రహించుకొని యాయనకుఁ దమ్మునివలె నుండెదను. (నడచుచున్నాఁడు) (తెరలో) అయ్యయ్యో! యీవిసనకఱ్ఱమీఁద నునిచి, దుకూలాంచలము పయిని గప్పి, పదిలముగాఁ గొనిపోవు చుండఁగా, దేవిగారిశిరోరత్నమును మాంసఖండ మనుకొని గద్ద యెగురఁదన్నుకొని పోయినది.

విదూ.—(చెవియొగ్గి) హా! హా! యెంతకష్టము! అది నామిత్రునికిఁ బ్రేమాస్పద మయినసంగమనీయ మను చూడామణి గదా! అందుచేతనే యతఁడు తనయలంకారరచన ముగియ కుండఁగనే దిగ్గన నాసనమునుండి లేచి యిటు వచ్చుచున్నాఁడు. నే నాతని చెంతకుఁ బోయెదను. (నిష్క్రమించుచున్నాఁడు.) [ప్రవేశము]

[తత్తఱపడుపరిజనముతో రాజు ప్రవేశించుచున్నాఁడు]

రాజు.—రేచక! రేచక!

ఆ. వె. బ్రదుకువిూఁదియాస వదలుకొన్నట్టియా, పక్షిదొంగ యెందుఁ బాఱిపోవు?
ఎదుట లేనిచౌర్య మింతకాలమునకుఁ, బ్రభువుగృహమునందె పక్షి చేసె.

కిరాతి—దేవా! మణి గ్రుచ్చిన హేమసూత్రమును దనముక్కుఁగొనతోఁ బట్టుకొని యాకసమునకు జాదు పూయునట్లు దిరుగుచున్నది.

రాజు—అదిగోఁ! జూచుచున్నాను.

తే. గీ. హేమసూత్రంబు ముక్కున నిఱికి గ్రద్ద, గిఱ్ఱుగిఱ్ఱున మండలాకృతిని దిరుగఁ
గొఱవి ద్రిప్పినలాగున నుండ్రముగను, జుట్టు మణిరాగరేఖ గన్పట్టుచుండె.

ఇప్పుడు చేయవలసిన దేమి?

విదూ—(సమీపించి) మిత్రుఁడా! కనికరింపకు. దీని కింత యాలోచన యేల? అపరాధి శిక్షార్హుఁడే గదా!

రాజు—ఓయీ! నీవు చక్కఁగఁ జెప్పితివి. ఏదీ విల్లు?

యవనిక—ఇదిగోఁ! గొనివచ్చెద దే—! (నిష్క్రమించుచున్నది)

రాజు—ఏదీ! విహంగాధమము? కనఁబడుట లేదే!

విదూ—ఇదిగో! దక్షిణముగాఁ బాఱి పోవుచున్నది.

రాజు—(నడచి చూచి) ఔఁ గనఁబడుచున్నది.

పంచ. కరంబు జీరంబు మీఱుమానికంబుతో విహంగ మం
బరంబునందుఁ ద్రిమ్మరంగ భాసమాన మయ్యెడున్
హరిన్ముఖం బశోకగుచ్ఛ మాపలక్ష్మిఁ దరించుచున్
దిరిన్, దదీయపక్షనీయదివ్యదీప్తి సంపదన్.

(విల్లు పట్టుకొని యవనిక ప్రవేశించి) దేవా! యివిగో! ధనుర్బాణములు.

రాజు—ఇంక నేటికేల? ఆపాడుగద్ద బాణపథ మతిక్రమించి పోయినది. మాఢవ.

తే. గీ. పులుఁగు గడుదూరముగఁ గొనిపోవుకతన, మానికము మిన్కుమిన్కని కానఁబడెడు
మబ్బుఁదెరలమఱుఁగున మాటు పడుచుఁ, గొంచె మగుపడు నంగారకుండు వోలె.

(కంచుకిని జూచి) లాతవ్యా!

కంచు—దేవా! యాజ్ఞాపింపుఁడు.

రాజు—నీవు పోయి, సాయంకాల మీపక్షిదొంగను నివాసవృక్షమున వెదక వలసిన [illegible]ని పా[illegible]జనులతోఁ జెప్పుము.

కంచు—చిత్తము దేవా! (నిష్క్రమించుచున్నాఁడు)

విదూ—మిత్రుఁడా! నీవు విశ్రమింపుము. ఈమణిసంభిలకము నీయాజ్ఞను మీఱి యెక్కడికిఁ బోఁగలదు?

రాజు—(విదూషకునితోఁ గూరుచుండి) వయస్యా!

తే. గీ. పరగ నెత్తుక పోయినయాతనమందుఁ, గడుప్రియము నాకు మణి యనికాదు సుమ్మ
నన్ను నాప్రియురాలితో మున్ను గూర్చె, నట్టిసంగమనీయ మయ్యాది వయస్య!

విదూ—మిత్రుఁడా! యౌను. నీవృత్తాంతము నాకు వెనుక నే చెప్పినాఁడవు.

[తరువాత నొకబాణముతోఁ గూడ మణిని బట్టుకొని కంచుకి ప్రవేశించుచున్నాఁడు].

కంచు—(సమీపించి) దేవా! జయము జయము.

ఆ. వె. ఈశరాకృతిని ధరించినదేఁగ, వారివీర్యమహిమవలనఁ బక్షి
యట్టె ద్రొవ్వ పడియె నపరాధయోగ్యదండంబుఁ బొంది మణియుతంబుగాను.

(అందఱు నాశ్చర్యపడుచున్నారు.)

కంచు—దేవా! నీళ్లతోఁ గడిగినయీమణి నెవరి కప్పగింతును?

రాజు—కిరాతీ! దీనిని గొనిపోయి నగలపెట్టెలో నుంపుము.

కిరాతి—దేవా! చిత్తము. (మణిని బుచ్చుకొని నిష్క్రమించుచున్నది.)

రాజు—లాతవ్యా! యీబాణ మెవనిదో యెఱుఁగుదువా?

కంచు—దేవా! దీనిమీఁదఁ బేరుచెక్కినట్లున్నది-గాని, నాచూపు సన్నపరిశీలనము చేయఁ జాలదు.

రాజు—అట్లు లయిన బాణ మిటు తీసికొనిరమ్ము; నేను జూచెదను.

కంచు—అట్లు చేయుచున్నాఁడు.

రాజు—(పేరు చూచి విచారించుచున్నాఁడు.)

కంచు—దేవా! దేవరనియోగమునఁ బ్రవర్తించెదను. (నిష్క్రమించుచున్నాఁడు)

విదూ—మిత్రుఁడా! విచారించెద వేమి?

రాజు—ఓయీ! పక్షిని జంపినవానిపేరు వినుము.

విదూ—ఇదిగో! వినుచున్నాను.

రాజు—(చదువుచున్నాఁడు)

తే. గీ. ఊర్వ్వశీగర్భశుక్తి సముద్భవుండు,
పుణ్యమూర్తి పురూరవపుత్త్రకుండు
కడిఁదివిలుకాఁడు పగఱ నుక్కడఁచువాఁడు
నయినయాయువు పక్కిమాఱని యాశుగంబు.

విదూ.—ఇహిహీ! మిత్త్రుఁడా! నీ వదృష్టవంతుఁడవు. సంతానలాభమున వర్ధిల్లుచున్నావు.

రాజు.—మిత్త్రుఁడా! యేమియాయాశ్చర్యము! నైమిశారణ్యమునఁ దక్క నే నుర్వశి నెప్పుడు నెడఁబాసి యుండలేదు. అప్పు డామెకు వేవిళ్లు లోనగు గర్భావిర్భావ చిహ్నము లేమియు నగపడలేదు. ఈకాను పెట్లు వచ్చెను? అయిన నొకప్పుడు-

క. నలుపెక్కినచనుముక్కులు, సలలితలవలీదళచ్ఛాయమొగము న
త్యలసాలసవీక్షణములుఁ, బొలఁతికిఁ గొన్నాళ్ళు మేనఁ బొడకట్టె సఖా!

విదూ.—మిత్త్రుఁడా! యివి మనుష్యస్త్రీధర్మములు. వీనిని దేవతాస్త్రీలయందు విచారింపకుము. వారలచరిత్రములు ప్రభావముచేత నిగూఢములుగ నుండును గదా!

రాజు.—ఓయీ! సరే. అది నీవు చెప్పినయట్లే కానిమ్ము. మఱి యామె కుమారుని దాఁచుట కేమి కారణము.

విదూ.—మిత్త్రుఁడా! మఱియే మున్నది. ముసలి దయిన దని నీవు త్రోసివేయుదు వేమో యని.

రాజు.—చాలు నీపరిహాసము. ఆలోచింపుము.

విదూ.—మిత్త్రుఁడా! దేవతారహస్యము లెవరు విచారింపఁగలరు?

(కంచుకి ప్రవేశించుచున్నాఁడు.)

కంచు.—దేవా! జయము జయము! చ్యవనాశ్రమమునుండి యొకకుమారుని వెంటఁ బెట్టుకొని తాపసస్త్రీ వచ్చి హజారమున వేచి యున్నది. దేవరవారిదర్శనము గోరుచున్నది.

రాజు.—ఇద్దఱను శీఘ్రముగాఁ దీసికొనిరా.

కంచు.—చిత్తము. దేవా! (నిష్క్రమించి వారిని గొనివచ్చి) పూజ్యురాలా! యిట్టిటు. (అందఱు నడచుచున్నారు.)

విదూ—మిత్రుఁడా! యీపిల్లవాఁడు క్షత్రియకుమారుఁడుసుమీ. గృధ్రలక్ష్యభేది యయినబాణము నితనిదే కావచ్చును. బహుతరముగా నితఁడు నీపోలిక నున్నాఁడు.

రాజు—మిత్రుఁడా! యాలాగే కావచ్చును. అందుచేతనే

ఉ. ఈతనివంకఁ జూచుడును దృష్టికి బాష్పము లడ్డు వచ్చెడున్;
చేతము ప్రీతియుక్తమయి చెందెఁ బ్రసన్నత; లోనిధైర్యపుం
బాఁతును బెల్లగిల్లెను; జెమర్చుచు నిట్లు పడంకుచున్న నా
యాతను వంతతో నితవి నే బిగికౌఁగిటఁ జేర్ప నెంచెదన్.

కంచు—అమ్మా! యక్కడ నిలువుము.

తాపసి—(కుమారునితో నిలుమన్నది.)

రాజు—(సమీపించి) పూజ్యురాలా! నమస్కరించుచున్నాను.

తాప—మహారాజ! చంద్రవంశనిస్తారకుండవు గమ్ము. (తనలో) ఓహో! రాజర్షి యయినయీపురూరవునకు నీయాయుష్కుమారుఁ డౌరసపుత్రుఁడని చెప్పకయే తెలియుచున్నది. (ప్రకాశముగా) బాలకా! మీతండ్రిగారికి నమస్కరింపుము.

కుమా—(చాపగర్భ మగునంజలితో మ్రొక్కుచున్నాఁడు.)

రాజు—కుమార! యాయుష్మాన్ భవ.

కుమా—(స్పృగ్యమును నిరూపించి తనలో)

క. ఈయనకు సుతుఁడ నని నా, కీయన దండ్రి యని వినుట నింతగఁ బ్రేమం
బాయె; నిఁక సెప్ప నొడిలోఁ, బాయక పెరిఁగినను దండ్రిపయిఁ బ్రియ మెంతో.

రాజు—పూజ్యురాలా! నీరాకకుఁ గారణ మేమి?

తాప—మహారాజా! యాలకింపుము. ఆయుష్మంతుఁ డీయాయువు జనన మొందినతోడనే, యేమినిమిత్తముననో యూర్వశి యీశిశువును నాచేతిలోఁ బెట్టినది. వీనికి క్షత్రియకుమారార్హము లయినజాతకర్మాదిసంస్కారములు మహాత్ముఁడు చ్యవన మహర్షి యథావిధిగ నాచరించినవాఁడు. అక్కడనే యికుమారుఁడు వేదాధ్యయనము చేసి ధనుర్వేదము గూడఁ జక్కఁగ నభ్యసించినాఁడు.

రాజు—ఓహో! నే నాయనకారణమున సనాథుఁడ నయితిని గదా! తరువాతఁ దరువాత?

తాప—రాజా! యీతఁ డింతకుముందు పుష్పఫలసమిత్కుశాహరణార్థము మునికుమారులతోఁగూడ వనంబున కేగి యచ్చోట నాశ్రమవాసులకు విరుద్ధ మయినయొక కార్యము చేసినాఁడు.

విదూ—(భయముతోడ) ఏమేమి?

తాప—గ్రద్ధ యొకటి మాంసఖండము నోటఁ గఱచుకొని వృక్షాగ్రమునఁ గూరుచుండి యుండఁగా నీబాలుఁడు తనబాణమునకు దానిని గురి చేసినాఁడు.

విదూ—(రాజును జూచుచున్నాఁడు.)

తాప—తరువాత నమ్మహర్షి యీవృత్తాంతము దెలిసికొని "నీ కప్పగించినకుమారుని మరల నుర్వశి కప్పగించి ర"మ్మని నా కాజ్ఞాపించెను. మహారాజా! దేవి నుర్వశినిఁ జూడఁ గోరుచున్నాను.

రాజు—పూజ్యురాలా! యటు లయిన నీవు పీఠమును బరిగ్రహింపుము.

తాప—(పరిజనము తెచ్చినపీఠమునఁ గూరుచున్నది.)

రాజు—లాతవ్యా! యూర్వశిని బిలువుము.

కంచు—చిత్తము దేవా! (నిష్క్రమించుచున్నాఁడు.)

రాజు—(కుమారునిఁ జూచి) రారమ్ము కుమార!

క. తనయస్పర్శము జనకున, కును సర్వాంగీణసుఖముఁ గూర్చును; దానన్
నను సంతసపెట్టుము వే, గను జంద్రునికరము చంద్రకాంతముఁ బోలెన్.

తాప—కుమారా! తండ్రిని సంతోషపఱుపుము.

కుమా—(రాజును జేరుచున్నాఁడు)

రాజు—(కుమారునిఁ గౌఁగిలించుకొని) కుమారా! నీతండ్రికిఁ బ్రియమిత్రుఁడయిన యీబ్రాహ్మణునికి నిశ్శంకముగా నమస్కరింపుము.

విదూ—ఏమి? శంక యెందుకు? తపోవనమున నివసించుటచేత నీతనికిఁ గోఁతులతోఁ జాలఁగఁ బరిచయమే గదా!

కుమా—(చిఱునవ్వుతో) అయ్యా! నమస్కరించుచున్నాను.

విదూ—స్వస్తి భవతే, వర్ధతాం భవాన్.

(తరువాత నుర్వశియుఁ గంచుకియుఁ బ్రవేశించుచున్నారు)

కంచు—దేవీ! యిట్టిటు.

ఊర్వ—(కుమారునిఁజూచి) ధనుష్పాణి యయినయీకుమారుఁ డెవఁడు చెప్పుమా! మహారాజీతనిఁదనపీఠమునఁ గూరుచుండఁబెట్టుకొని ప్రేమతోఁ దఁజూంచుదువ్వుచున్నాఁడు. (తాపసిని జూచి) ఓహో! సత్యవతిని జూచుటచేత నిప్పుడు జ్ఞప్తికి వచ్చినది. ఇతఁడు నాకుమారుఁ డయినయాయువు. ఓహో! పెద్దవాఁ డయినాఁడు.

రాజు—(ఊర్వశిని జూచి) నాయనా! కుమార!

ఆ. వె. పుట్టెఁ దాసతోడఁ బుత్త్రకు నిమఁ జూచెఁ, గోరి నీదుతల్లి చేరవచ్చెఁ
జెప్ప నలవి గానిస్నేహంబుకతనఁ బా, ల్సేఁపు వచ్చి ఱవిక బిగిఁగి పోవ.

తాప—నాయనా! మీతల్లి కెదురు వోవుదము రమ్ము. (అట్లు చేయుచున్నది.)

ఊర్వ—అమ్మా! నీకుఁ బాదాభివందనము సేయుచున్నాను.

తాప—కుమారీ! భర్తృబహుమానము వడయుదువుగాక.

కుమా—అమ్మా! నమస్కరించుచున్నాను.

ఊర్వ—(కొడుకును జేతులలో నెత్తి కౌఁగిలించుకొని) తండ్రీ! పితృసమారాధన తత్పరుండవు గమ్ము (రాజును సమీపించి) జయము జయము మహారాజ!

రాజు—పుత్రవతీ! కుశలమా? ఇటు రమ్ము. (అర్ధాసన మిచ్చుచున్నాఁడు)

ఊర్వ—దేవా! యందఱమును గూరుచుందము. (అట్లు చేయుచున్నారు.)

తాప—అమ్మాయీ! నీకుమారుఁ డయినయీయాయువు ఇప్పుడు విద్యలెల్ల నభ్యసించి కవచధారణవయస్కుం డయినవాఁడు. కాఁబట్టి నాచేతిలోఁ బెట్టినయీతని నీ పెనిమిటిసమక్షమున నీ కప్పగించితిని. నే నిట నాలస్యము చేసిన నాశ్రమధర్మములకు నిరోధము వాటిల్లును. నన్ను శీఘ్రముగాఁ బంపుము.

ఊర్వ—అమ్మా! నిన్నుఁ జూచి చిరకాల మయినది. అందుచేత నీ విప్పుడే పోయెద నన్న నాకు విచార మగుచున్నది. అయిన నాశ్రమధర్మములకు విరోధము గలిగింపఁ గాదు. కావున నీపోకడకు సమ్మతింపవలసె. పునర్దర్శన మిమ్ము.

రాజు—పూజ్యురాలా! చ్యవనునకు నానమస్కారము దెలుపుము.

తాప—అట్లే తెలిపెదను.

కుమా—అవ్వా! నీవు వెళ్లెదవేని నన్నుఁగూడ నాశ్రమమునకుఁ దీసికొని పో.

రాజు—కుమార! నీవు పూర్వాశ్రమము నచటఁ గడపితివి. ఇది ద్వితీయాశ్రమానుష్ఠానమునకు సమయము గదా!

తాప—నాయనా! మీతండ్రిగారిమాటచొప్పున నుండుము.

కుమా—అవ్వా! మఱి యాలా గయిన—

తే. గీ. నేను జనపించె మల్లన నిమురు చుండ, హాయిగా నెప్పు డొడిలోన వాద మఱచి
కన్ను మూసెడునామణికంఠరుచిర, షైనపెంపుడుసెమలి నా కంపవలయు.

తాప—నాయనా! నీ కాలాగే పంపెదనోయి. మీ కందఱకు శుభ మగుఁగాక.

దంపతులు—పూజ్యురాలా! నమస్కరించుచున్నాము.

తాప—భద్ర మగుఁగాక. (నిష్క్రమించుచున్నది)

రాజు—(ఊర్వశిని జూచి) సుందరీ!

ఆ. వె. నేను బుత్త్రవంతు లైనవారలలోన, మొదటివాఁడ నీమపుత్త్రువలన
వలశీతమాజుఁ డైనజయంతుని, వలన దివిజలోకభర్త పోలె.

ఊర్వ—(తలఁచుకొని యేడ్చుచున్నది)

రాజు—(తొట్రుపడుచు)

చ. లలనరో! నాదువంశము నిలంబడె నంచు మహోత్సవమ్మొదవ
చుల నిటు లోలి లాడుతతిఁ జోద్యము నీవు మదీయసన్నిధిన్
జలజల రాలుబాష్పకణజాలముచేతను నీపయోధరం
బులఁ బునరుక్త మౌనటులు ముత్తెపుఁజేరులు దాల్చె దేటికే?

(ఆమె కన్నీళ్ళను దుడుచుచున్నాఁడు)

ఊర్వ—దేవా! చిత్తగించి యాలకింపుము. మొదట నేను బుత్త్రునిఁ జూచిన సంతోషమునఁ బరాకుపడితిని గాని, యిప్పుడు దేవరవారు ప్రస్తావవశమున దేవేంద్రుని మాట దలపెట్టుటచేత నాకు జ్ఞప్తికి వచ్చినది.

రాజు—దేవీ! యది యేమి?

ఊర్వ—ప్రాణవల్లభ! పూర్వము నేను మీయందు మనసు దగిలియుండఁగా, మహేంద్రుఁడు నా కిట్టు లాజ్ఞాపించినాఁడు.

రాజు—దేవీ! యే మని?

ఊర్వ—మహారాజా! చిత్తగింపుము. అప్పు డామహేంద్రుఁడు నన్నుఁ జూచి 'యూర్వశీ! నీయందుఁ దనకు వంశాంకురముగా నుద్భవించెడుకుమారుని మొగ మారాజేంద్రుఁడు చూచినతోడనే నీవు మరల నాయొద్దకు రాఁగలయు'' నని యానతిచ్చెను.

అందుకతన నేను దేవరవియోగమున కోర్వలేక, యీబిడ్డనికి విద్యాభ్యాసము కూడ నావశ్యకమే కదా యని, జనన మయినతోడనే దేవరకంటఁ బడకుండ నీకుమారుని, వదలలేక వదలలేక, కడుప్రియాసమునఁ జ్యవనాశ్రమమందుఁ బూజ్యురాలయినయీ సత్యవతి చేతిలోఁ బెట్టి వచ్చితిని. ఆమెయుఁ బిత్రుసమారాధనసమర్థ మయినయీడు వచ్చెనని యాలోచించి దీర్ఘాయు వయినయీయాయువును నాకు మరల నప్పగించి పోయినది. కాఁబట్టి దేవా! తమతోడిసాంగత్యము నా కింతమట్టునకే. ఇంక మీఁద ఋణము లేదు.

రాజు—(మూర్ఛిల్లుచున్నాఁడు)

ఊర్వ—మహారాజా! యాఁజడిల్లు మాఁజడిల్లరూ.

విదూ—అయ్యయ్యో! యేమిగతి యేమిగతి!

రాజు—(ఊఁజడిల్లి నిట్టూర్పుపుచ్చి), అన్నా! దైవ మెంతమే లోర్వ దారెనే (ఊర్వశి జూచి)

చ. కొడుకుమొగంబుఁ జూచి మదిఁ గుందక యూఱటఁ జెంది యుండఁగాఁ
బడఁతుక! నీవియోగ మనివార్యత నిప్పుడ సంభవించెఁగా;
మిడిమిడిగ్రీష్మతాపము శమింప నవాంబుదవృష్టిఁ గాంచి యీ
ప్పెడుతతిఁ జెట్టుపైఁ బిడుగు భీకరభంగిని బడ్డకైవడిన్.

విదూ—దేవా! యీశుభము నవర్థావహమునుగా నేను దలఁచుచున్నాను. నీవింక నారచీరలను గట్టుకొని యరణ్యమున కరుగవలయును.

ఊర్వ—మహారాజా! నేను మందభాగ్యురాలను, విద్యావినయసంపన్నుఁ డయిన కుమారునిముద్దుముచ్చటలు చూడకయే స్వర్గలోకమునకుఁ బోవలసినదాన నయినాను. నన్నంపింపుఁడు.

రాజు—సుందరీ! నీ వీలాగున విచారింపఁ గూడదు,

చ. పరులయధీన మౌబ్రతుకువారికి వింత లటే వియోగముల్?
జరుపఁ దరంబె వారికి నిజప్రియముల్? నిలు మింద్రునానతిన్;
దరుణిరో! నేను నీధరణిఁ దావకపుత్రుకుఁ బైనయీయువం
దుకుమతి నిల్పి పోదు మృగయూథశరణ్య కరణ్యభూమికిన్.

కుమా—నాయనగారూ! మహావృషభముపయి వేయవలసినభారము లేఁగదూడ మీఁద వేయఁ జూతురా?

రాజు—(కుమారుని దువ్వుచు) నాయనా! యీలాగున గాదోయి.

చ. కలభ మె యయ్యు నోర్చెడును గంధగజంబు బిరంబు లైనతుం
భుల, మఱి క్రొత్తతాఁచువిసముం బరికింప నుదగ్రవేగమే!
యిలఁ బరిపాలనంబు నొనరించును బాలకుఁ డయ్యు క్షత్రియుం
డెలతమజాతి గాక వయసా నిజకార్యభరోద్వహం బగునే?

లాతవ్య! కుమారుఁ డయినయాయువునకు రాజ్యాభిషేకోపకరణములు సమకూర్ప వలయు నని మాయానతిగా మంత్రివర్గముతోఁ జెప్పుము.

కంచు—చిత్తము దేవా! (దుఃఖముతో నిష్క్రమించుచున్నాఁడు)

అందఱు—(దృష్టిప్రతిబంధనము నభినయించుచున్నారు.)

రాజు—(పైకిఁ జూచి) ఏమిది! మబ్బు లేనియాకసమున మెఱుపు మెఱయు చున్నది.

ఊర్వ—ఓహో! భగవానుఁడు నారదుఁడు.

రాజు—(నిపుణముగాఁ జూచి) ఔ నీమహానుభావుఁడు నారదుఁడే.

చ. మకమక లేనిచంద్రకళమాదిరి జన్నిదములు దనర్పఁ, గో
రకములఁ గేరుముత్తెపుసరంబు లురంబున వ్రేల, రోచనా
నికషపిశంగపింగకమనీయజటాపటలంబుతో మనో
జ్ఞకనకప్రరోహ మగుజంగమకల్పనగంబుఁ బోలెడున్.

దేవీ! యీయన కర్ఘ్యము గొనిరమ్ము.

ఊర్వ—(అట్లు చేసి) ఇదిగో! మహర్షి కర్ఘ్యము.

[తరువాత నారదుఁడు ప్రవేశించుచున్నాఁడు.]

నార—విజయతాం మధ్యమలోకపాలః.

రాజు—(ఊర్వశిచేతనుండి యర్ఘ్యము పుచ్చుకొని) మహాత్మా! నమస్కరించు చున్నాను.

ఊర్వ—మునీంద్రా! వందనము చేయుచున్నాను.

నార—అవిగహితౌ దంపతీ భూయాస్తామ్.

రాజు—(తనలో) ఈయనయాశీర్వాదమహిమచేత మాకు వియోగము గాకుం

డునా? (కుమారుని గౌఁగిలించుకొని ప్రకాశముగా) కుమార! మునీంద్రునకు నమస్కరింపుము.

కుమా—(మ్రొక్కుచున్నాఁడు.)

నార—దీర్ఘాయుర్భవ.

రాజు—స్వామీ! మీ రీయాసనమున దయచేయుఁడు.

(నారదుఁడు కూరుచున్నాఁడు. అందఱు నాయన ననుసరించి కూరుచున్నారు)

నార—రాజా! మహేంద్రునిసందేశ మాలకింపుము.

రాజు—స్వామీ! సావధానుఁడఁగా నున్నాను.

నార—రాజా! వినుము. పరిభావముచేత నింద్రుఁడు సర్వము నెఱింగినవాఁడయి తపోవనంబునకుఁ బోవఁ గృతనిశ్చయుఁడ వయియున్ననీ కాయన యిట్లాజ్ఞాపించుచున్నాఁడు.

రాజు—స్వామీ! యామహామహునియాజ్ఞ యేమి?

నార—రాజా! భావికాలమున దేవాసురులకు యుద్ధము కాఁగల దని త్రికాలవేదు లయినమహర్షులవలన నాతఁడు దెలిసికొని, యాయుద్ధమున నీసాహాయ్య మావశ్యకము కావున, నీ వస్త్రసన్న్యాసము చేయవల దనియు యావజ్జీవము నీ కీయూర్వశి సహధర్మచారిణి యయి యుండెడు ననియు సెల విచ్చినాఁడు.

ఊర్వ—అమ్మయ్యా! యిప్పుడు నాహృదయశల్య మూడఁ బెఱికినట్లే యున్నది.

రాజు—స్వామీ! మహానుగ్రహము. నేను మహేంద్రుని కాజ్ఞానువర్తి నేగదా!

నార—రాజా! యది యుక్తమే.

క. నీయిష్టము దేవేంద్రుఁడు, నాయనయిష్టంబు నీవు ననుకూలముగాఁ
జేయుదురు సూర్యుఁ డనలుని, నాయనలుఁడు సూర్యుఁ బ్రోచిన క్రియ నెల్లప్రొద్దున్

(ఆకాశము వంకఁ జూచి) రంభా! కుమారుఁ డయినయాయువునకు యౌవరాజ్యాభిషేకార్థము తానుగ దేవేంద్రుఁడు సిద్ధపఱిచినసంభారములు దీసికొనిరా.

రంభ—(అవినయముగాఁ బ్రవేశించుచున్నది)

రంభ—ఇవిగో! నభిషేకసంభారములు.

నార—ఈయాయుష్మంతుని భద్రసింహాసనమునఁ గూరుచుండఁ బెట్టుము.

రంభ—కుమారా! యిటు రమ్ము. (కుమారుని భద్రాసనమునఁ గూర్చుండఁ బెట్టుచున్నది.)

నార—(కుమారునిశిరస్సునఁ గలశము వంచి) రంభా! యీతనికిఁ దక్కినవిధిని నిర్వర్తింపుము.

రంభ—(యథోక్తముగా నిర్వర్తించి) కుమారా! మహర్షికిని నీతల్లిదండ్రులకును నమస్కరింపుము.

కుమా—(యథాక్రమముగా నమస్కరించుచున్నాఁడు.)

నార—స్వస్తి భవతే.

రాజు—కులధురంధరో భవ.

ఊర్వ—నాయనా! మీతండ్రిగారిదీవన ఫలించుఁ గాక.

(తెరలో నిద్దఱు వైతాళికులు)

ప్రథముఁడు—జయము జయము యువరాజ!

చ. జలధిమహాగర్భ నాయమరసంయమి యత్రియుఁ బోలె, నత్రినా
కలువలరాయఁడుం బలెను, గల్వలరాయనిఁ దద్బుధుండునుం
బలె, బురు నీమహాప్రభువు భాతిని, లోకమనోజ్ఞసద్గుణా
వళులను దండ్రిఁ బోలుము; భవత్కుల మెల్లను బొందు దీవనల్.

ద్వితీ—

చ. అనఘచరిత్ర! యుక్తములయందు మహోన్నతి నుర్వి యేలుచీ
జనకు, నకంపధైర్యగుణశాలిని నిన్నును జేరి, యిప్పు డీ
భువనకరరాజ్యలక్ష్మి యధికంబుగ శోభ వహించె మంచుఁగొం
డను జలధిన్ సభక్తసలిలం బగుచుం దగుగంగవైఖరిన్.

రంభ—(ఊర్వశిని జూచి) సఖీ! నీ వదృష్టవంతురాలవు. భర్తృవిరహాంబునిధిం దలఁగి పుత్రునియౌవరాజ్యమహిమచేత వర్ధిల్లుచున్నావు.

ఊర్వ—చెలియా! యీమహోత్సవము మన కందఱకు సమానమేగదా!

రంభ—(కుమారునిచేయి పట్టుకొని) అబ్బాయీ! మీ పెదతల్లిగారికి నమస్కరింతువు గాని రమ్ము.

కుమా—(లేవఁబోవుచున్నాఁడు)

రాజు—ఉండు. మన మందఱముఁ గూడ నామెయొద్దకుఁ బోవుదము.

నార—ఇదిగో! నిప్పుడు—

ఆ. వె. అధిప! నీకుమారుఁ డైనయాయువు యౌవ, రాజ్యలక్ష్మిఁ బూచి ప్రాజ్యదేవ
సేన కెల్ల నింద్రుచే నభిషిక్తుఁడై, యలరునలకుమారుఁ దలఁచుచుంటి.

రాజు—మహేంద్రునిచే ననుగ్రహింపఁ బడితిని.

నార—రాజా! నీ కింక దేవేంద్రుఁడు చేయవలసినప్రియం బేమి?

రాజు—స్వామీ! యాయన ప్రసన్నుఁ డగుటకంటెఁ బ్రియం బేమి? అయి నిట్లగుఁ గాక.

చంప. పరస్పరంబు గిట్ట కొక్కకట్టు చేరనట్టి శ్రీ
సరస్వతుల్ స్వకీయ వైరశత్రుభావ ముంతయున్
దిరస్కరించి యింకఁ దాము నెమ్మి సజ్జనాళిమం
దిరమ్ములం దిరమ్ముగాను నిల్చియుండ్రు గావుతన్.

మరియు—

క. ఎల్లరుఁ గడతురుఁ గష్టము
లెల్లరుఁ గళ్యాణములను వీక్షింతురు గా
కెల్లరు నిష్టము లొందెదు
మెల్లరు సర్వత్ర రహిం వహింతురు గాతన్.

ఇది శ్రీపరమేశ్వరవరప్రసాదలబ్ధసరసకవితాధురంధర వడ్డాదిసాఘు
వంశక్షీరనీరాకరరాకాసుధాకర రాచ్చనామాత్యపౌత్ర హరితస
గోత్ర పవిత్రగుణకదంబలక్ష్మాంబాగర్భశుక్తిముక్తాఫల
సూరపరాజప్రధానతనూభవ విబుధవిధేయ సుబ్బ
రాయనామధేయాంధ్రీకృత మగు విక్రమ
మోర్వశీయనాటకము పంచమాం
కము.

www.ingramcontent.com/pod-product-compliance
Lightning Source LLC
Chambersburg PA
CBHW071124240825
31589CB00033B/474
9780530621050